Kiswahili Übungsheft 1

Sebastian Müller

AF220875

Bibliografische Information der Deutschen Nationalbibliothek:
Die Deutsche Nationalbibliothek verzeichnet diese Publikation in der
Deutschen Nationalbibliografie; detaillierte bibliografische Daten sind im
Internet über http://dnb.dnb.de abrufbar.

Zeichnungen (Cover): Deodatius D. Lyimo (mit freundlicher Genehmigung von
Mission EineWelt)

Herstellung und Verlag: BoD – Books on Demand, Norderstedt

ISBN: 9783755767800

VORWORT

Du hast Dir bereits grundlegende Grammatik des Kiswahili und ein Grundvokabular angeeignet und möchtest beides durch Übungen nochmals vertiefen? Dann ist dieser Übungsband hervorragend für Dich geeignet. Der Übungsband ermöglicht gezielt Schritt für Schritt erlernte Grammatik als auch Vokabeln zu trainieren und Gelerntes zu festigen.

Vor Dir hast Du den zweiten Band der Reihe ‚Kiswahili Grammatik und Vokabel Training'. Jeder Band orientiert sich an der Struktur der Unterrichtsmaterialen der Sprachkurse von Mission EineWelt ‚Sprachkurs Kiswahili' 1-4. Die Sprachkursmaterialien sind direkt über Mission eine Welt zu beziehen bzw. werden in den Präsenzkursen bereitgestellt. Für nähere Informationen zu den Kursen und Sprachkursmaterialien siehe https://mission-einewelt.de. Du hast den Sprachkurs nicht besucht? Die Übungen sind so aufgebaut, dass auch Interessierte den Band für ein erfolgreiches Training nutzen können, die den Sprachkurs nicht besucht haben. Mit einem Basis-Knowhow der Grammatik und einem Wörterbuch zur Hand oder einem Online-Dictionary sind auch die Vokabeln in greifbarer Nähe und es kann losgehen mit den Lernerfolgen.

Der Übungsband ist speziell für das selbstständige Training gestaltet. TEIL 1 liefert Dir dafür abwechslungsreiche Übungsformate zu Grammatik, Vokabeln und Floskeln. Um eine Lernkontrolle zu ermöglichen, werden Dir die Lösungen zu den Übungen im TEIL 2 gleich mitgeliefert.

Ich wünsche Dir viel Freude und die Möglichkeit durch die Übungen das Erlernte zu verstätigen, so dass sich durch einen sicheren Umgang mit dem Kiswahili vielfältige Begegnungen ermöglichen. Viel Spaß

Sebastian Müller

INHALT

TEIL 1 ÜBUNGEN

1. Marudio ya kozi ya 1 – Wiederholungen zu Kurs 1

1.1. Zoezi la kwanza: Verben – Erste Übung: Verben

Unganisha misamiati na utafsiri unaofaa. – Verbinde die Vokabeln mit der passenden Übersetzung.

kutafsiri	Das Lernen, Das sich Beibringen
kuvunjika	Das Zerbrechen
kuongea	Das Übersetzen
kujifunza	Das Lachen
kucheka	Das Zerbrechen

1.2. Zoezi la pili: Einfache Befehlsform – Zweite Übung: Einfache Befehlsform

Chagua utafsiri ulio sahihi. – Wähle die richtige Übersetzung aus.

Chezeni! Chezo! Cheza!	Spielt!
Some! Sime! Soma! Samta!	Ließ!
Simena! Som! Santana! Someni!	Lest!
Sikila! Siku! Sikia! Sitaki!	Höre!
Fuateni! Fautani! Futuna!	Folgt!
Amka! Amkieni! Nendeni!	Begrüßt!
Juma! Jiba! Iba! Jibu!	Antworte!

1.3. Zoezi la tatu: "kuwa" – Dritte Übung "sein"

Tafsiri kwa kijerumani. – Übersetze ins Deutsche.

Mimi si mkulima. _____

Juma si mzee. _____

Bi Asha ni mama. _____

Wewe si Mjerumani? _____

Yeye ni mhandisi. _____

Sisi si wafaransa. _____

1.4. Zoezi la nne: Nominalklassen 1 [m/wa] – Vierte Übung: Nominalklassen 1 [m/wa]

Ordne zu: Einzahl oder Mehrzahl? – Panga: Umoja au Wingi?

mwanadamu, wanajeshi, mpishi, mchungaji, waandishi wa habari, mgonjwa, walevi, wazungu, mdudu, mwenyeji, wageni, mnyama, wezi, watanzania

Umoja – Einzahl	Wingi – Mehrzahl

1.5. Zoezi la tano: Genitivkonstruktion – Fünfte Übung: Genitivkonstruktion

Tafsiri maneno yafuatayo. – Übersetze die folgenden Wörter.

viti vya walimu

_____

kikapu cha mama

_____

viatu vya mtoto

_____

kichwa cha habari

_____

wanafunzi wa chekechea

_____

1.6. Zoezi la sita: "kuwa na" – Sechste Übung: "haben"

Tafsiri sentensi zifuatazo. – Übersetze die folgenden Sätze.

1. Mwalimu ana vitabu shuleni.

_____

2. Je, una njaa?

_____

3. Hapana, sina njaa.

_____

4. Je, ana kaka au dada?

_____

5. Hana kaka wala dada.

_____

1.7. Zoezi la saba: ‚Satzbildung mit Subjekt und Prädikat' – Siebte Übung: ‚Satzbildung mit Subjekt und Prädikat'

Tunga sentensi kwa kufuatilia maelezo yafuatayo. – Bilde Sätze bei den Du die folgenden Angaben berücksichtigst.

	Zeitangabe	Person	Verb	Ergänzung
1	Gestern	wir	laufen	weit (mbali)
2	Morgen	ihr	schlafen	früh
3	Vorgestern	wir	singen	ein Lied
4	Heute	ich (pl.)	lernen	Kiswahili
5	Jetzt	ihr	verstehen	

1.　　Jana tulitembea mbali.

2.

_____

3.

_____

4.

_____

5.

_____

1.8. Zoezi la nane: ‚Possessivpronomen' – Achte Übung: ‚Possessivpronomen'

Tafsiri, halafu tunga wingi na tafsiri pia. – Übersetze, dann bilde die Mehrzahl und übersetzte diese auch.

kitabu changu   _____

mwanafunzi wangu   _____

kitanda changu   _____

mgeni wangu   _____

2. Muundo wa familia – Verwandtschaft

Ukoo wa Martha/ Marthas Verwandtschaft

Martha ni mtoto wa Joseph na Rita.

Joseph na Rita ni wazazi wake Martha.

Joseph ni baba wa Martha.

Rita ni mama wa Martha.

Martha ni mjukuu wa John na Lucy.

Najat ni shangazi yake Martha.

Leila ni mama mdogo wa Martha.

Mjomba wa Martha ni Luka.

Suzana na Adamu ni binamu wa Martha.

2.1. Zoezi la kwanza 'Muundo wa familia' - Erste Übung: 'Muundo wa familia'

Jibu maswali yafuatayo kutokana na maelezo juu. – Beantworte die folgenden Fragen entsprechend der obigen Beschreibungen.

1. Wazazi wa Martha wanaitwa nani?

_____

2. Shangazi yake Martha anaitwa nani?

_____

3. Je, Martha ana binamu?

_____

4. Mama mdogo wa Martha anaitwa nani?

_____

5. Luka ni baba mkubwa au mjoba wa Martha?

_____

2.2. Zoezi la pili 'Muundo wa familia' - Zweite Übung: 'Muundo wa familia'

Jaza nafasi zilizoachwa wazi. Halafu tafsiri. – Fülle die offene Lücken aus. Danach übersetze.

1. Najat ni _____ wa Martha.

2. Leila ni _____ wa Martha.

3. Martha ni _____ wa Suzana.

4. Martha ni _____ wa John na Lucy.

5. Luka ni _____ yake Rita.

3. Verneinte Satzbildung mit Subjektpräfix, Zeitsilbe und Verbstamm

3.1. Zoezi la kwanza/ Erste Übung: ‚Verneinte Satzbildung mit Subjekt und Prädikat'

Unganisha sentensi na utafsiri unaofaa. – Verbinde die Sätze mit der passenden Übersetzung.

a)

Ich singe nicht.	Hawaimbi.
Du singst nicht.	Haimbi.
Er/ Sie/ Es singt nicht.	Siimbi.
Wir singen nicht.	Huimbi.
Ihr singt nicht.	Hatuimbi.
Sie singen nicht.	Hamimbi.

b)

Ich spiele nicht.	Hawachezi.
Du spielst nicht.	Hamchezi.
Er/ Sie/ Es spielt nicht.	Hatuchezi.
Wir spielen nicht.	Hachezi.
Ihr spielt nicht.	Huchezi.
Sie spielen nicht.	Sichezi.

c)

Ich gehe nicht.	Hatembei.
Du gehst nicht.	Hutembei.
Er/Sie geht nicht.	Hatutembei.
Wir gehen nicht.	Hamtembei.
Ihr geht nicht.	Hawatembei.
Sie gehen nicht.	Sitembei.

d)

Ich unterhalte mich nicht.	Hamongei.
Du unterhältst dich nicht.	Hatuongei.
Er/ Sie/ Es unterhält sich nicht.	Siongei.
Wir unterhalten uns nicht.	Hawaongei.
Ihr unterhaltet euch nicht.	Huongei.
Sie unterhalten sich nicht.	Haongei.

e)

Ich koche nicht.	Hupiki.
Du kochst nicht.	Sipiki.
Er/ Sie/ Es kocht nicht.	Hapiki.
Wir kochen nicht.	Hampiki.
Ihr kocht nicht.	Hatupiki.
Sie kochen nicht.	Hawapiki.

f)

Ich denke nicht.	Hufikiri.
Du denkst nicht.	Hamfikiri.
Er/ Sie/ Es denkt nicht.	Hafikiri.
Wir denken nicht.	Hawafikiri.
Ihr denkt nicht.	Sifikiri.
Sie denken nicht.	Hatufikiri.

3.2. Zoezi la pili/ Zweite Übung: ‚Verneinte Satzbildung Subjekt & Prädikat'

Unganisha sentensi na utafsiri unaofaa. – Verbinde die Sätze mit der passenden Übersetzung.

a)

Ich sang nicht.	Hakuimba.
Du sangst nicht.	Hamkuimba.
Er/ Sie/ Es sang nicht.	Hatukuimba.
Wir sangen nicht.	Sikuimba.
Ihr sangt nicht.	Hawakuimba.
Sie sangen nicht.	Hukuimba.

b)

Ich spielte nicht.	Hawakucheza.
Du spieltest nicht.	Hamkucheza.
Er/ Sie/ Es spielte nicht.	Hatukucheza.
Wir spielten nicht.	Hakucheza.
Ihr spieltet nicht.	Hukucheza.
Sie spielten nicht.	Sikucheza.

c)

Ich ging nicht.	Hatukutembea.
Du gingst nicht.	Hamkutembea.
Er/ Sie/ Es ging nicht.	Hawakutembea.
Wir gingen nicht.	Sikutembea.
Ihr gingt nicht.	Hukutembea.
Sie gingen nicht.	Hakutembea.

d)

Ich sprach nicht.	Hukuongea.
Du sprachst nicht.	Sikuongea.
Er/ Sie/ Es sprach nicht.	Hakuongea.
Wir sprachen nicht.	Hamkuongea.
Ihr spracht nicht.	Hawakuongea.
Sie sprachen nicht.	Hatukuongea.

e)

Ich kochte nicht.	Hukupika.
Du kochtest nicht.	Sikupika.
Er/ Sie/ Es kochte nicht.	Hakupika.
Wir kochten nicht.	Hamkupika.
Ihr kochtet nicht.	Hawakupika.
Sie kochten nicht.	Hatukupika.

f)

Ich dachte nicht.	Sikufikiri.
Du dachtest nicht.	Hakufikiri.
Er/ Sie/ Es dachte nicht.	Hukufikiri.
Wir dachten nicht.	Hamkufikiri.
Ihr dachtet nicht.	Hawakufikiri.
Sie dachten nicht.	Hatukufikiri.

3.3. Zoezi la tatu/ Dritte Übung: ‚Verneinte Satzbildung Subjekt & Prädikat'

Unganisha sentensi na utafsiri unaofaa. – Verbinde die Sätze mit der passenden Übersetzung.

a)

Ich werde nicht singen.	Hamtaimba.
Du wirst nicht singen.	Hawataimba.
Er/ Sie/ Es wird nicht singen.	Hatutaimba.
Wir werden nicht singen.	Hataimba.
Ihr werdet nicht singen.	Sitaimba.
Sie werden nicht singen.	Hutaimba.

b)

Ich werde nicht spielen.	Hutacheza.
Du wirst nicht spielen.	Hatacheza.
Er/ Sie/ Es wird nicht spielen.	Hatutacheza.
Wir werden nicht spielen.	Sitacheza.
Ihr werdet nicht spielen.	Hawatacheza.
Sie werden nicht spielen.	Hamtacheza.

c)

Ich werde nicht gehen.	Hutatembea.
Du wirst nicht gehen.	Hawatatembea.
Er/ Sie/ Es wird nicht gehen.	Sitatembea.
Wir werden nicht gehen.	Hamtatembea.
Ihr werdet nicht gehen.	Hatutatembea.
Sie werden nicht gehen.	Hatatembea.

d)

Ich werde nicht sprechen.	Hawataongea.
Du wirst nicht sprechen.	Hamtaongea.
Er/ Sie/ Es wird nicht sprechen.	Hataongea.
Wir werden nicht sprechen.	Hutaongea.
Ihr werdet nicht sprechen.	Hatutaongea.
Sie werden nicht sprechen.	Sitaongea.

e)

Ich werde nicht kochen.	Hamtapika.
Du wirst nicht kochen.	Sitapika.
Er/ Sie/ Es wird nicht kochen.	Hutapika.
Wir werden nicht kochen.	Hatapika.
Ihr werdet nicht kochen.	Hawatapika.
Sie werden nicht kochen.	Hatutapika.

f)

Ich werde nicht denken.	Hatutafikiri.
Du wirst nicht denken.	Hamtafikiri.
Er/ Sie/ Es wird nicht denken.	Hutafikiri.
Wir werden nicht denken.	Sitafikiri.
Ihr werdet nicht denken.	Hawatafikiri.
Sie werden nicht denken.	Hatafikiri.

3.4. Zoezi la nne/ Vierte Übung: ‚Verneinte Satzbildung Subjekt & Prädikat'

Unganisha sentensi na utafsiri unaofaa. – Verbinde die Sätze mit der passenden Übersetzung.

a)

Ich habe noch nicht gesungen.	Hujaimba.
Du hast noch nicht gesungen.	Hatujaimba.
Er/ Sie/ Es hat noch nicht gesungen.	Hajaimba.
Wir haben noch nicht gesungen.	Sijaimba.
Ihr habt noch nicht gesungen.	Hamjaimba.
Sie haben noch nicht gesungen.	Hawajaimba.

b)

Ich habe noch nicht gespielt.	Hujacheza.
Du hast noch nicht gespielt.	Hajacheza.
Er/ Sie/ Es hat noch nicht gespielt.	Sijacheza.
Wir haben noch nicht gespielt.	Hamjacheza.
Ihr habt noch nicht gespielt.	Hawajacheza.
Sie haben noch nicht gespielt.	Hatujacheza.

c)

Ich bin noch nicht gegangen.	Hatujatembea.
Du bist noch nicht gegangen.	Hajatembea.
Er/ Sie/ Es ist noch nicht gegangen.	Hujatembea.
Wir sind noch nicht gegangen.	Hawajatembea.
Ihr seid noch nicht gegangen.	Sijatembea.
Sie waren noch nicht gegangen.	Hamjatembea.

d)

Ich habe noch nicht gesprochen.	Hujaongea.
Du hast noch nicht gesprochen.	Hajaongea.
Er/ Sie/ Es hat noch nicht gesprochen.	Hamjaongea.
Wir haben noch nicht gesprochen.	Sijaongea.
Ihr habt noch nicht gesprochen.	Hatujaongea.
Sie haben noch nicht gesprochen.	Hawajaongea.

e)

Ich habe noch nicht gekocht.	Hujapika.
Du hast noch nicht gekocht.	Sijapika.
Er/ Sie/ Es hat noch nicht gekocht.	Hawajapika.
Wir haben noch nicht gekocht.	Hajapika.
Ihr habt noch nicht gekocht.	Hatujapika.
Sie haben noch nicht gekocht.	Hamjapika.

f)

Ich habe noch nicht gedacht.	Hamjafikiri.
Du hast noch nicht gedacht.	Sijafikiri.
Er/ Sie/ Es hat noch nicht gedacht.	Hawajafikiri.
Wir haben noch nicht gedacht.	Hujafikiri.
Ihr habt noch nicht gedacht.	Hatujafikiri.
Sie haben noch nicht gedacht.	Hajafikiri.

3.5. Zoezi la tano/ Fünfte Übung: ‚Verneinte Satzbildung mit Subjekt und Prädikat'

Unganisha sentensi na utafsiri unaofaa. – Verbinde die Sätze mit der passenden Übersetzung.

a)

Ich singe nicht.	Sijaimba.
Ich werde nicht singen.	Sikuimba.
Ich habe noch nicht gesungen.	Siimbi.
Ich sang nicht.	Sitaimba.

b)

Du spielst nicht.	Hutacheza.
Du wirst nicht spielen.	Huchezi.
Du hast noch nicht gespielt.	Hukucheza.
Du spieltest nicht.	Hujacheza.

c)

Er/ Sie geht nicht.	Hatatembea.
Er/Sie wird nicht gehen.	Hatembei.
Er/Sie ist noch nicht gegangen.	Hajatembea.
Er/Sie ging nicht.	Hakutembea.

d)

Wir sprechen nicht.	Hatutaongea.
Wir werden nicht sprechen.	Hatujaongea.
Wir haben nicht gesprochen.	Hatukuongea.
Wir sprachen nicht.	Hatuongei.

e)

Ihr kocht nicht.	Hamtapika.
Ihr werdet nicht kochen.	Hamjapika.
Ihr habt nicht gekocht.	Hampiki.
Ihr kochtet nicht.	Hamkupika.

f)

Sie denken nicht.	Hawajafikiri.
Sie werden nicht denken.	Hawakufikiri.
Sie haben noch nicht gedacht.	Hawatafikiri.
Sie dachten nicht.	Hawafikiri.

3.6. Zoezi la sita/ Sechste Übung: ‚Verneinte Satzbildung mit Subjekt und Prädikat'

Tafsiri sentensi zifuatazo. – Übersetze die folgenden Sätze.

1. Sijaimba wimbo.

_____

2. Hujacheza karata?

_____

3. Hamkupika chakula?

_____

4. Hatujaongea na wageni.

_____

5. Hawajasema kwamba una wageni.

_____

6. Hakurudi nyumbani.

_____

7. Sijashiba.

_____

8. Hakulala hadi asubuhi.

_____

9. Hakusema kwamba ana njaa.

_____

10. Hawajala chakula.

_____

3.7. Zoezi la saba/ Siebte Übung: ,Verneinte Satzbildung mit Subjekt und Prädikat'

Tunga sentensi kwa kufuatilia maelezo yafuatayo. – _Bilde Sätze bei denen Du die folgenden Angaben berücksichtigst._

	Zeitangabe	Person	Verneintes Verb	Ergänzung
1	Gestern (jana)	wir	nicht laufen	viel (nyingi)
2	Gestern	wir	nicht schlafen	früh
3	Vorgestern (juzi)	er	nicht gehen, laufen	nach draußen/ am Abend
4	Heute (leo)	sie (pl.)	nicht unterhalten	mit Dir
5	Jetzt (sasa)	wir	nicht verstehen	

6	Morgen (kesho)	ihr	nicht wiederholen	Übungen
7	Vorgestern (juzi)	du	nicht kochen	Essen?
8	[Gerade eben]	du	nicht antworten	Frage
9	Morgen	ich	nicht gehen	zur Arbeit
10	Übermorgen (kesho kutwa)	ich	nicht lesen/lernen	ein Buch

1.   Jana hatukutembea nyingi.

2.

_____

3.

_____

4.

_____

5.

_____

6.

_____

7.

_____

8.

9.

10.

4. Nominalklassen Teil 2 – [ji/ma]-Klasse

4.1. Zoezi la kwanza/ Erste Übung: Nominalklassen 2 [ji/ma]

Unganisha neno na utafsiri unaofaa. – Verbinde das Wort mit der passenden Übersetzung.

a)

tunda	Frucht
nanasi	Ananas
embe	Mango
fungu	Portion
duka	Laden, Geschäft
papai	Papaya
shamba	Feld
kanisa	Kirche
soko	Markt

b)

shauri	Ohr
ua	Blume
shamba	Wort
neno	Feld
tundu	Koffer
dawa	Mittel, Medizin
sanduku	Plan/ Rat
sikio	Loch

c)

kosa	Fehler
dawa	Mittel, Medizin
jirani	Nachbar
jicho	Auge
ziwa	Milch
maji	Wasser
gari	Auto, Gefährt
jiwe	Stein

4.2. Zoezi la pili/ Zweite Übung: Nominalklassen 1 [ji/ma]

Ordne zu: Einzahl oder Mehrzahl – Panga: Umoja au Wingi

tundu, magari, mafungu, jambo, neno, makanisa, soko, machungwa, maua, swali, ua, yai, matundu, kanisa, mambo, mayai, mawazo, jambo

Umoja – Einzahl	Wingi – Mehrzahl

4.3. Zoezi la tatu/ Dritte Übung: Nominalklassen 1 [ji/ma]

Bilde die Mehrzahl, danach übersetze – Tunga wingi, halafu tafsiri.

tumbo _____

sanduku _____

hubiri _____

jicho _____

zungumzo _____

papai _____

kanisa _____

jino _____

dawa _____

jirani _____

tata _____

jambo _____

sikio _____

kosa _____

jiwe _____

5. Namba – Zahlen

5.1. Zoezi la kwanza: ‚Namba'/ Erste Übung: ‚Zahlen'

Andika namba zifuatazo kwa maneno. – Schreibe die folgenden Zahlen in Wörtern aus.

19 _____

52 _____

98 _____

222 _____

240 _____

589 _____

1200 _____

1230 _____

2509 _____

5698 _____

58.000 _____

60.000 _____

100.000 _____

300.000 _____

550.000 _____

500.500 _____

5.2. Zoezi la pili: ‚Namba'/ Zweite Übung: ‚Zahlen'

Andika namba katika tarakimu. – Schreibe die Zahlen in Ziffern um.

1. Thelathini na nne

_____

2. Tisini na tisa

_____

3. Mia moja hamsini

_____

4. Mia nane themanini

_____

5. Elfu moja

_____

6. Eflu mbili mia tano hamsini

_____

7. Elfu kumi

_____

8. Ishirini elfu na tano

_____

9. laki moja

_____

10. mia tatu elfu

_____

6. Siku za juma/ wiki – Wochentage

6.1. Zoezi la kwanza: ‚Siku za juma/wiki' – Erste Übung: ‚Wochentage'

Unganisha misamiati na utafsiri unaofaa. – Verbinde die Vokabeln mit der passenden Übersetzung.

Montag	Jumamosi
Dienstag	Jumapili
Mittwoch	Ijumaa
Donnerstag	Jumatano
Freitag	Alhamisi
Samstag	Jumanne
Sonntag	Jumatatu

6.2. Zoezi la pilli: ‚Siku za juma/wiki' – Zweite Übung: ‚Wochentage'

Martha alifika Dar es Salaam jana kwa gari. Alitoka Kenya juzi. Leo ataenda shuleni kufundisha. Yeye ni mwalimu. Kesho ataenda sokoni kununua vitu sokoni kwa sababu atakuwa na wageni kesho kutwa.

Jibu maswali yafuatayo kuhusu simulizi ya hapo juu. – Beantworte die folgenden Fragen zum vorhergehenden Text.

1. Je, lini Martha alifika Dar es Salaam?

_____

2. Je, lini Martha alitoka Kenya?

_____

3. Martha atafanya nini leo na kwa nini?

_____

4. Kesho Martha atafanya nini?

_____

5. Na kesho kutwa je?

_____

7. Adjektive und Zahlwörter

7.1. Zoezi la kwanza/ Erste Übung: Adjektive und Zahlwörter

Unganisha misamiati na utafsiri unaofaa. – _Verbinde die Vokabeln mit der passenden Übersetzung._

a)

mwalimu mzuri	(ein) kleines Tier
kikapu kizuri	(ein) langer Finger
embe zuri	(eine) gute Mango
mnyama mdogo	(ein*e) gute*r Lehrer*in
kidole kirefu	(ein) großes Loch
tundu kubwa	(ein) schöner Korb

b)

walimu wazuri	lange Finger
vikapu vizuri	schöne Körbe
maembe mazuri	gute Lehrer*innen
wanyama wadogo	kleine Tiere
vidole virefu	große Löcher
matundu makubwa	gute Mangos

c)

mtu mzuri	(ein) schöner Stuhl
mtu mwema	(ein) kleines Bett
kiti kizuri	(ein) schlechtes Ei
kitanda kidogo	(ein) guter Mensch
yai bovu	(eine) schöne Blume
ua zuri	(ein) schöner Mensch

d)

watu wazuri	kleine Betten
watu wema	schöne Stühle
viti vizuri	schlechte Eier
vitanda vidogo	schöne Menschen
mayai mabovu	gute Menschen
maua mazuri	schöne Blumen

e)

ein Mensch	watu sita
zwei Menschen	watu wanne
drei Menschen	watu wawili
vier Menschen	watu wanane
fünf Menschen	watu tisa
sechs Menschen	mtu mmoja
sieben Menschen	watu kumi
acht Menschen	watu watatu
neun Menschen	watu watano
zehn Menschen	watu saba

f)

ein Stuhl	viti kumi
zwei Stühle	viti saba
drei Stühle	viti vitatu
vier Stühle	viti vinne
fünf Stühle	viti vinane
sechs Stühle	viti sita
sieben Stühle	viti tisa
acht Stühle	viti vitano
neun Stühle	viti viwili
zehn Stühle	kiti kimoja

g)

eine Frucht	matunda manane
zwei Früchte	matunda matatu
drei Früchte	matunda tisa
vier Früchte	matunda saba
fünf Früchte	tunda moja
sechs Früchte	matunda mawili
sieben Früchte	matunda kumi
acht Früchte	matunda sita
neun Früchte	matunda matano
zehn Früchte	matunda manne

7.2. Zoezi la pili/ Zweite Übung: Adjektive und Zahlwörter

Unganisha sentensi na utafsiri unaofaa. – Verbinde den Satz mit der passenden Übersetzung.

a)

Ich esse nur süße Früchte.	Kifaru ana macho mawili.
Ich brauche große Schuhe.	Ninahitaji viatu vikubwa.
Ein Nashorn hat zwei Augen.	Shuleni kuna walimu kumi.
Ein Stuhl hat vier Beine.	Ninakula matunda matamu tu.
In der Schule gibt es zehn Lehrer.	Kiti kina miguu minne.

b)

Hier spielen zwei Kinder.	Vidole vyako ni vidogo.
Reiche mir zwei Mangos.	Watoto wawili wanacheza hapa.
Ein kleiner Löffel reicht.	Vidole vyangu ni virefu.
Meine Finger sind lang.	Lete maembe mawili.
Deine Finger sind klein.	Kijiko kidogo kinatosha.

c)

Ich esse keine kleinen Früchte.	Ninakula matunda madogo yako.
Ich esse keine großen Früchte.	Sili matunda makubwa.
Ich esse zwei Früchte.	Ninakula matunda mawili.
Ich esse vier Früchte.	Sili matunda madogo.
Ich esse deine kleinen Früchte.	Ninakula matunda manne.

7.3. Zoezi la tatu/ Dritte Übung: Adjektive und Zahlwörter

Tafsiri kwa kijerumani. – Übersetze ins Deutsche.

1. Watu wawili wana macho mawili au manne?

_____

2. Je, matunda makubwa yanaoza haraka au polepole?

_____

3. Watoto wakubwa wanasoma shuleni, watoto wadogo wanaenda chekechea.

_____

4. Walimu wa kiswahili si wakali.

_____

5. Nimesoma kitabu kimoja tu kujifunza kiswahili.

_____

6. Wezi wanne waliingia chumbani.

_____

7. Wahudumu wanne walifanya kazi jumatatu hadi jumamosi bila kulala.

_____

8. Nilinunua matunda manane matamu sana.

_____

9. Sisi tuna watoto wanne, wasichana watatu na kijana mmoja.

_____

8. -ngapi, -ote, -ingi- und -ingine – 'Wie viele, alle, viele, andere'

8.1. Zoezi la kwanza/ Erste Übung: ngapi

Unganisha maswali na utafsiri unaofaa. – Verbinde die Fragen mit der passenden Übersetzung.

a)

Mikate mingapi?	Wie viele Körbe?
Watu wangapi?	Wie viele Früchte?
Matunda mangapi?	Wie viele Brote?
Vikapu vingapi?	Wie viele Menschen?

b)

Vitambaa vingapi?	Wie viele Schüler*innen?
Wanafunzi wangapi?	Wie viele Beine?
Miguu mingapi?	Wie viele Fragen?
Maswali mangapi?	Wie viele Tücher?

8.2. Zoezi la pili/ Zweite Übung: ngapi

Jaza nafasi zilizoachwa wazi kwa kutumia –ngapi. Halafu tafsiri. – Fülle die offene Lücken unter Benutzung von -ngapi. Danach übersetze.

1. Umeona watu _____ ?.

2. Unataka vitambaa _____ ?

3. Amenunua matunda _____ ?.

4. Vikombe _____ vimevunjika?

5. Wakulima _____ wamelima?

6. Vijiko _____ vimepotea?

7. Maembe _____ yameoza?

8. Alijifunza misamiati _____ ?

8.3. Zoezi la tatu/ Zweite Übung: -ote

Unganisha maneno na utafsiri unaofaa. – Verbinde die Worte mit der passenden Übersetzung.

a)

mkate wote	der ganze Name
jina lote	das ganze Tuch
kikapu chote	die ganze Frucht
kitambaa chote	das ganze Brot
mguu wote	der ganze Korb
tunda lote	das ganze Bein

b)

watu wote	alle Fragen
mikate yote	alle Bürger*innen
majina yote	alle Körbe
vikapu vyote	alle Namen
wananchi wote	alle Brote
maswali yote	alle Menschen

8.4. Zoezi la nne/ Vierte Übung: -ote

Jaza nafasi zilizoachwa wazi kwa kutumia –ote. Halafu tafsiri. – Fülle die offene Lücken unter Benutzung von -ote. Danach übersetze.

1. Umeona wageni _____ ?.

2. Unataka vitambaa _____ ?

3. Amenunua matunda _____ ?.

4. Vikombe _____ vimevunjika?

5. Wakulima _____ wamelima?

6. Vijiko _____ vimepotea?

7. Maembe _____ yameoza?

8. Alijifunza misamiati _____ ?

8.5. Zoezi la tano/ Fünfte Übung: -ingi

Unganisha maneno na utafsiri unaofaa. – Verbinde die Worte mit der passenden Übersetzung.

a)

mikate mingi	viele Finger
wapishi wengi	viele Schuhe
viatu vingi	viele Köche
mananasi mengi	viele Bäume
miti mingi	viele Brote
vidole vingi	viele Ananas

b)

vifaru wengi	viele Künstler*innen
wahandisi	viele Zimmer
wasanii wengi	viele Nashörner
vyumba vingi	viele Ingenieur*innen
vyandarua vingi	viele Erklärungen
maelezo mengi	viele Moskitonetze

8.6. Zoezi la sita/ Sechste Übung: -ingi

Jaza nafasi zilizoachwa wazi kwa kutumia -ingi. Halafu tafsiri. – Fülle die offene Lücken unter Benutzung von -ingi. Danach übersetze.

1. Umeona wageni _____?.

2. Unataka vitambaa _____ ?

3. Amenunua matunda _____ ?.

4. Vikombe _____ vimevunjika?

5. Wakulima _____ wamelima?

6. Vijiko _____ vimepotea?

7. Maembe _____ yameoza?

8. Alijifunza misamiati _____ ?

8.7. Zoezi la saba/ Siebte Übung: -ingine

Unganisha maneno na utafsiri unaofaa. − Verbinde die Worte mit der passenden Übersetzung.

a)

mkate mwingine	eine andere Frucht
jina jingine	ein anderer Name
kikapu kingine	ein anderes Moskitonetz
chandarua kingine	ein anderer Korb
mto mwingine	ein anderes Brot
tunda jingine	ein anderer Fluss

b)

mikate mingine	andere Körbe
majina mengine	andere Moskitonetze
vikapu vingine	andere Flüsse
vyandarua vingine	andere Namen
mito mingine	andere Früchte
matunda mengine	andere Brote

8.8. Zoezi la nane/ Achte Übung: -ingine

Jaza nafasi zilizoachwa wazi kwa kutumia -ingine. Halafu tafsiri. − Fülle die offene Lücken unter Benutzung von -ingine. Dann übersetze.

1. Umeona wageni _____ pia?

2. Unataka vitambaa _____ pia?

3. Amenunua matunda _____ ?

4. Vikombe _____ vimevunjika pia?

5. Wakulima _____ wamelima?

6. Vijiko _____ vimepotea?

7. Maembe _____ yameoza?

8. Alijifunza misamiati _____ pia?

8.9. Zoezi la tisa/ Neunte Übung: ngapi, -ote, -ingi- und -ingine

Unganisha swali na jibu linalofaa. Halafu tafsiri. – Verbinde die Frage mit der passenden Antwort. Danach übersetze.

1.	Alikula mananasi?	Ndiyo, utanunua mingapi?
2.	Wanafunzi wangapi wamefika shuleni?	Watano tu, wengine hawajafika!
3.	Hawapendi kuvaa mashati?	Wote watapata!
4.	Unauza migomba?	Ndiyo, alikula yote!
5.	Wagonjwa hawatapata madawa?	Ndiyo wanapenda, lakini wanataka kuvaa mengine.

1.

_____

2.

_____

3.

_____

4.

_____

5.

_____

9. Das Suffix -ni für Präpositionen der Richtungs- und Ortsanweisung

9.1. Zoezi la kwanza/ Erste Übung: Suffix -ni

Unganisha sentensi na utafsiri unaofaa. – Verbinde den Satz mit der passenden Übersetzung.

a)

Wanafunzi wanasoma shuleni.	Es gibt viele Kranke im Hospital.
Wanasheria wanafanya kazi mahakamani.	Im Hospital gibt es viele Kranke.
Watalii walienda kutalii.	Die Anwält*innen arbeiten im Gericht.
Kuna wagonjwa wengi hospitalini.	Die Schüler*innen lernen in der Schule.
Hospitalini kuna wagonjwa wengi.	Die Touristen sind Urlaub machen gegangen/ in den Urlaub gefahren.

b)

Wakristo wanasali kanisani.	Im Wald gibt es viele Tiere.
Migomba inaota shambani.	Die Bauern bestellen auf den Feldern.
Wakulima wanalima shambani.	Christen beten in der Kirche.
Msituni kuna wanyama wengi.	Die Touristen kamen an den Bergen an.
Watalii wamefika milimani.	Die Bananenstauden wachsen auf dem Feld.

9.2. Zoezi la pili/ Zweite Übung: Suffix -ni

Tafsiri kwa kijerumani. – Übersetze ins Deutsche.

1. Wanafunzi wanaenda shuleni. _____

2. Mzee anatoka kazini. _____

3. Bibi amenunua viazi sokoni. _____

4. Lete matunda yako dukani! _____

5. Njoo nyumbani! _____

6. Je, Jumapili utaenda kanisani? _____

10. Sokoni – Auf dem Markt

10.1. Zoezi la kwanza: Sokoni/ Erste Übung: Auf dem Markt

Soma ujumbe ufuatao na chagua majibu yaliyo sahihi. – Lies den folgenden Text und wähle die richtigen Antworten aus.

Klaus na Silke ni watalii Tanzania. Wanatoka Ujerumani. Jumamosi walifika Dar es Salaam. Jumatatu walipumzika. Leo yaani jumanne wameenda sokoni. Sokoni wamenunua vitu vingi. Wamenunua vikapu, vitambaa na viungu. Pia wamenunua viatu na suruali kwa ajili ya safari. Kesho kutwa wataendelea kutalii. Watasafiri kwenda milimani. Watakaa Lushoto.

Klaus na Silke ni Watanzania?	a) Ndiyo, ni Watanzania wanatalii Ujerumani.
	b) Hapana, wao ni wageni Tanzania.
	c) Hapana, wao ni watalii kutoka Ujerumani.
Walifika Tanzania siku gani ya wiki?	a) Wemefika Tanzania Jumamosi.
	b) Wemefika Tanzania jana.
	c) Wamefika Tanzania juzi.
Walifanya nini jumanne?	a) Jumanne walienda shuleni.
	b) Walifika milimani.
	c) Walienda sokoni.
Wapi wamenunua vikapu?	a) Wamenunua vikapu dukani.
	b) Hawakununua vikapu.
	c) Wamenunua vikapu sokoni.
Lini watasafiri milimani?	a) Jumanne.
	b) Jumatatu.
	c) Alhamisi.
Watakaa wapi milimani?	a) Hawakai, watatembelea tu Lushoto na kuendelea na safari.
	b) Milimani watakaa Lushoto.
	c) Watakaa Dar es Salaam.

10.2. Zoezi la pili: Sokoni/ Zweite Übung: Auf dem Markt

Chagua neno lilio sahihi. – Wähle das richtige Wort aus.

machenza – watoto – watalii

ijumaa – jumamosi – alhamisi

hotelini – dukani – sokoni

vitatu – viazi – vikapu – visu

Lorenzo – Loshoto – Kushoto

Klaus na Silke ni _____ !

Walifika Dar es Salaam ____!

Walienda _____ jumatatu.

Wamenunua vitamba na ____ !

Milimani watakaa _____

11. Nominalklassen Teil 3 m/mi-Klasse [m/mi]

11.1. Zoezi la kwanza/ Erste Übung: Nominalklassen 3 [ji/ma]

Unganisha neno na utafsiri unaofaa. – Verbinde das Wort mit der passenden Übersetzung.

a)

mto	Brot
mkono	Hirse
mchungwa	Orangenbaum
mkeka	Monat
mkate	Gepäck
mtama	Arm, Hand
mzigo	Kreuz
msalaba	Fluss
mwezi	Matte, Decke

b)

mshahara	Bananenstaude
mgomba	Tasche, Tüte
mfuko	Jahr
msitu	geschälter, ungekochter Reis
mlango	Wald
mguu	Fuß, Bein
mwaka	Tür
mchele	Stadt
mji	Gehalt

c)

mlima	Körper
mwembe	Berg
mnazi	Kokosnusspalme
mswaki	Mais
mpunga	ungeschälter Reis
mti	Mangobaum
mhindi	Baum
mwili	Maniok/ Cassava
mhogo	Zahnbürste

11.2. Zoezi la pili/ Zweite Übung: Nominalklassen Teil 3 [m/mi]

Ordne zu: Einzahl oder Mehrzahl? – Panga: Umoja au Wingi?

mto, miji, miti, mkono, mihogo, miguu, mfuko, mikate, mkeka, mlima, milango, mswaki, misitu, mizigo, miembe, msalaba, mshahara,

Umoja – Einzahl	Wingi – Mehrzahl

11.3. Zoezi la tatu/ Dritte Übung: Nominalklassen Teil 3 [m/mi]

Bilde die Mehrzahl, danach übersetze – Tunga wingi, halafu tafsiri.

muembe _____

mti _____

mgomba _____

mwaka _____

mlima _____

mkeka _____

mwezi _____

mzigo _____

msitu _____

12. Wakati wa chakula cha jioni

12.1. Zoezi la kwanza/ Erste Übung:

Soma ujumbe ufuatao na chagua majibu yaliyo sahihi. – Lies den folgenden Text und wähle die richtigen Antworten aus.

Klaus na Silke ni wageni wa Baraka na Neema. Jana walikula chakula cha jioni pamoja. Walikutana nyumbani kwa Baraka na Neema. Wote walikaa mezani sebuleni na kuzungumza. Walizungumza juu ya safari ya Klaus na Silke. Neema alileta chakula. Baraka aliwakaribisha wageni kwa kusema: Karibuni chakula. Walisali na kumshukuru mungu kwa chakula. Baada ya kusali walikula. Baada ya kula waliendelea kuzungumza. Usiku Klaus na Silke walirudi hotelini.

Nani na nani ni wageni?	a) Baraka na Neema ni wageni wa Silke na Klaus.
	b) Silke na Klaus na Baraka na Neema ni wageni.
	c) Silke na Klaus ni wageni wa Baraka na Neema.
Wapi wanakula chakula cha jioni?	a) Nyumbani kwa Baraka na Neema.
	b) Mezani sebuleni.
	c) Hotelini.
Walizungumza juu ya nini?	a) Walizungumza juu ya utalii wa Klaus na Silke.
	b) Walizungumza juu ya meza.
	c) Walizungumza juu ya safari.

Nani amesali?	a) Baraka kwa kusema: karibu.
	b) Hawakusali.
	c) Wote wamesali.
Lini watasafiri milimani?	a) Jumanne watasafiri milimani.
	b) Jumatatu watasafiri milimani.
	c) Alhamisi watasafiri milimani.
Nani alileta chakula?	a) Kila mmoja alipika mwenye na kuleta chakula chake.
	b) Neema alileta chakula.
	c) Mtumishi alileta chaula.

12.2. Zoezi la pili / Zweite Übung: Chakula cha jioni

Chagua neno lilio sahihi. – Wähle das richtige Wort aus.

1. nyumbani – wageni – watoto	Klaus na Silke ni _____ wa Baraka na Neema.
2. mchana – jioni – jiji	Walikula chakula cha _____.
3. kwa – ya – na	Walikutana nyumbani _____ Baraka na Neema.
4. kuzungumza – kulala – kusimama	Wote walikaa na _____.
5. nini? – nani? – wapi?	Neema alileta _____? Alileta chakula
6. Asanteni – Karibuni – Leteni	Baraka alisema: _____ chakula.
7. waliimba – walisali – walilia	Kabla ya kula wote _____.
8. walirudi – waliruka – waliruhusu	Klaus na Silke _____ hotelini.

13. Lokativ mit -ko, -po, -mo

13.1. Zoezi la kwanza/ Erste Übung: -ko, -po, -mo

Unganisha sentensi na utafsiri unaofaa. – Verbinde die Sätze mit der passenden Übersetzung.

a)

Mwalimu yuko wapi?	Der Lehrer ist bei/in der Schule.
Mwalimu yupo shuleni.	Die Lehrerin ist in der Klasse.
Mwalimu yumo darasani.	Wo ist die Lehrerin?

b)

Watoto wako wapi?	Die Kinder sind in der Klasse.
Watoto wapo.	Wo sind die Kinder?
Watoto wamo darasani.	Die Kinder sind hier.

c)

Kitabu kiko wapi?	Das Buch ist hier.
Kitabu kipo hapa.	Das Buch ist hier drin.
Kitabu kimo humo.	Wo ist das Buch?

d)

Vijiko viko wapi?	Wo sind die Löffel?
Vijiko vipo mezani.	Die Löffen sind auf dem Tisch.
Vijiko vimo kabatini.	Die Löffel sind im Schrank.

e)

Dawa liko wapi?	Die Medizin ist in der Tasse.
Dawa lipo dukani bado.	Wo ist die Medizin?
Dawa limo kwenye kikombe.	Die Medizin ist noch im Geschäft.

f)

Matunda yako wapi?	Wo sind die Früchte?
Matunda yapo mtini.	Die Früchte sind am Baum.
Matunda yamo mfunkoni.	Die Früchte sind in der Tüte.

g)

Mkate upo?	Ist (hier) das Brot drin?
Mkate uko wapi?	Gibt es (hier) Brot?
Mkate umo?	Wo ist das Brot?

h)

Mikate ipo!	Wo sind die Brote?
Mikate iko wapi?	Es gibt (hier) Brote! Brote sind da.
Mikate imo kwenye mfuko.	Die Brote sind in der Tasche.

13.2. Zoezi la pili/ Zweite Übung: -ko, -po, -mo

Tafsiri kwa kijerumani. – Übersetze ins Deutsche.

1. Kijiko kiko wapi? _____

2. Viazi vipo? _____

3. Mtoto yuko wapi? _____

4. Wanyama wako shambani. _____

5. Kosa liko wapi? _____

6. Matunda yapo? _____

7. Mzigo uko wapi? _____

8. Mzigo uko chumbani. _____

9. Uko wapi? Nipo hapa! _____

10. Upo? Nipo! _____

13.3. Zoezi la tatu/ Dritte Übung: -ko, -po, -mo

Unganisha neno na -ko, -po, -mo inayofaa. – Verbinde das Wort mit der passenden Form von -ko, -po, -mo.

a)

Kitanda	imo kwenye sanduko.
Viatu	yapo jikoni?
Mchele	upo dukani?
Mikate	yupo gerezani?
Mwizi	vipo hapa karibu.
Wakulima	lipo?
Shauri	kiko wapi?
Mayai	wako wapi?

b)

Chandarua	uko wapi?
Viazi	lipo?
Mswaki	kipo kitandani?
Mishahara	wako kazini?
Mtoto	yupo shuleni?
Wahandisi	vipo wapi dukani?
Nanasi	yapo shambani bado?
Maembe	iko wapi?

13.4. Zoezi la nne/ Vierte Übung: -ko, -po , -mo

Tafsiri kwa kijerumani. – Übersetze ins Deutsche.

1. Mgonjwa alikuwepo?   _____

2. Wageni watakuwepo?   _____

3. Chakula kitakuwepo.   _____

4. Vitabu vilikuwemo humo!   _____

5. Dawa lilikuwepo wapi?   _____

6. Mafuta yalikuwepo?   _____

7. Mpunga ulikuwepo sokoni?_____

8. Mkate utakuwepo dukani?   _____

9. Mikate itakuwepo dukani!   _____

10. Mlikwepo? Tulikwepo.   _____

14. Verneinung des Lokativ mit -ko, -po, -mo

14.1. Zoezi la kwanza/ Erste Übung: Verneinung -ko, -po, -mo in der Gegenwart

Unganisha sentensi na utafsiri unaofaa. – Verbinde den Satz mit der passenden Übersetzung.

a)

Mwalimu hayuko.	Die Lehrerin ist nicht in der Klasse.
Mwalimu hayupo.	Die Kinder sind nicht dort.
Mwalimu hayumo darasani.	Die Kinder sind nicht in der Klasse.
Watoto hawako.	Der Lehrer ist nicht hier.
Watoto hawapo.	Die Kinder sind nicht da.
Watoto hawamo darasani.	Die Lehrerin ist nicht dort.

b)

Kitabu hakiko?	Die Löffen sind nicht hier.
Kitabu hakipo.	Das Buch ist nicht dort?
Kitabu hakimo humo.	Die Löffel sind nicht im Schrank.
Vijiko haviko?	Das Buch ist nicht hier.
Vijiko havipo.	Die Löffel sind nicht dort?
Vijiko havimo kabatini.	Das Buch ist hier nicht drin.

c)

Dawa haliko?	Die Medizin ist nicht in der Tasse
Dawa halipo bado.	Die Früchte sind nicht am Baum.
Dawa halimo kwenye kikombe.	Die Früchte sind nicht dort?
Matunda hayako?	Die Früchte sind nicht in der Tüte.
Matunda hayapo mtini.	Die Medizin ist noch nicht hier.
Matunda hayamo mfunkoni.	Die Medizin ist nicht dort?

d)

Mkate haupo?	Dort sind keine Brote?
Mkate hauko?	Es gibt (hier) keine Brote! Hier sind keine Brote.
Mkate haumo?	Es sind keine Brote in der Tasche.
Mikate haipo!	Hier gibt es kein Brot?
Mikate haiko?	Ist (hier) kein Brot drin?
Mikate haimo kwenye mfuko.	Das Brot ist nicht dort?

14.2. Zoezi la pili/ Zweite Übung: Verneinung -ko, -po, -mo

Tafsiri kwa kijerumani. – Übersetze ins Deutsche.

1. Kijiko hakiko jikoni? _____

2. Viazi havipo? _____

3. Mtoto hayuko shuleni? _____

4. Wanyama hawako shambani. _____

5. Tunda haliko mezani? _____

6. Madawa hayapo? _____

7. Mzigo hauko nje? _____

8. Mzigo haumo chumbani. _____

14.3. Zoezi la tatu/ Dritte Übung: Verneinung -ko, -po, -mo Zukunft und Verlaufsform

Tafsiri kwa kijerumani. – Übersetze ins Deutsche.

1. Mwalimu hatakuwepo shuleni jumapili.

_____

2. Hata wanafunzi hawatakuwepo.

_____

3. Nunua mboga na mchele, au chakula cha jioni hakitakuwepo.

_____

4. Kama vyandarua havitakuwepo mbu watasumbua sana.

_____

5. Wakulima hawakufika sokoni, kwa hivyo mchele hautakuwepo sokoni.

_____

6. Mikate haitakuwepo dukani!

_____

7. Mgeni kutoka Ujerumani hajakuwepo?

_____

8. Na wageni wengine hawajakuwepo pia?

_____

15. Sehemu za mwili – Körperteile

15.1. Zoezi la kwanza: Sehemu za mwili/ Erste Übung: Körperteile

Ordne zu: Am Kopf oder am Körper? – Panga: Kichwani au mwilini?

jicho, shingo, titi, mkono, kidole, kiuno, mdomo, sehemu za siri, nyusi, bega, kiganja, kifua, pua, tumbo, paja, mguu, goti, kanyagio, tako, kikimbi, kisigino, sikio

kichwani	mwilini

15.2. Zoezi la pili: Sehemu za mwili/ Zweite Übung: Körperteile

Chagua neno lilio sahihi. Halafu tafsiri. – Wähle das richtige Wort aus. Danach übersetze.

1.	mdomo – kichwa – kanyagio	_____ kinaumwa!
2.	mkono – kifua – macho	_____ yako makubwa!
3.	magoti! mguu! tumbo	Piga _____
4.	usoni – miguni – mikononi	Amepaka rangi _____ hadi kwenye masikio.
5.	vifua – midomo – masikio	Nina macho mawili na _____ mawili.
6.	macho – matako – miguu	Ng'ombe ana _____ minne.
7.	vidole – tubo – kifua	Ana _____ kikubwa na mikono mikubwa kwa sababu anafanya mazoezi sana.
8.	mdomo – tako – vigimbi	Funga _____ wako!

1.

2.

3.

4.

5.

6.

7.

8.

16. Hospitalini

16.1. Zoezi la kwanza/ Erste Übung: Hospitalini

Soma mazungumzo yalipo hapo chini halafu tafsiri. – Ließ die untenstehende Unterhaltung, danach übersetze.

Maandalizi ya kwenda hospitalini – Die Vorbereitungen um ins Krankenhaus zu gehen.

1. Silke: Hodi?

2. Neema: Karibu. Ingia Silke, karibu!

3. Silke: Asante sana. Habari za mchana?

4. Neema: Nzuri. Habari zenu?

5. Silke: Salama tu. Je, Baraka hayupo?

6. Neema: Silke, Baraka yupo hospitalini! Anaumwa sana kichwa, pia ametapika. Nilitoka hospitalini si muda. Nimepanga kwenda hospitalini sasa hivi tena.

7. Silke: Pole sana! Je, unataka kwenda peke yako?

8. Neema: Ndiyo, au tutaenda zote wawili...sema, utaenda pia?

9. Silke: Ndiyo! Tutaenda hospitalini pamoja.

10 Neema: Vizuri sana.

_____

_____

_____

_____

_____

_____

_____

_____

_____

_____

16.2. Zoezi la pili/ Zweite Übung: Hospitalini

Je, sahihi au si sahihi – Richtig oder falsch?

	sahihi	si sahihi
Silke anapiga hodi.		
Silke na Neema wanakutana asubuhi.		
Baraka yupo kazini.		
Baraka ni mgonjwa.		
Baraka alikuwa na ajali.		
Neema hajafika hospitalini.		
Neema alitoka hospitalini si muda.		
Silke anataka kurudi nyumbani.		
Silke anapenda kwenda hospitalini pia.		
Neema anataka kwenda hospitalini bila Silke.		
Neema na Silke wanaenda hospitalini pamoja.		

16.3. Zoezi la tatu/ Dritte Übung: Hospitalini

Soma mazungumza yalipo hapo chini halafu tafsiri. – Ließ die
untenstehende Unterhaltung, danach übersetze.

Hospitalini kwa Baraka – Im Krankenhaus bei Baraka.

1. Neema: …Pole sana Baraka.

2. Barka: Asante. Asante pia Silke kwa kufika.

3. Silke: Baraka, si neno! Pole kwa kuumwa. Unaumwa nini hasa?

4. Baraka: Kichwa kinaumwa na nilitabika. Pia nina homa kali.

5. Silke: Pole sana. Umeanza kuumwa lini?

6. Baraka: Jana mchana kichwa kilianza kuumwa. Halafu jioni nilitapika. Neema alisema lazima kwenda hospitalini, basi tulienda hospitalini.

7. Silke: Wazo zuri! Unajiskiaje sasa?

8. Baraka: Ninajiskia vizuri kidogo! Daktari alisema leo nitapata dawa. Kesho labda nitaweza kwenda nyumbani…

_____

_____

_____

_____

_____

_____

16.4. Zoezi la nne/ Vierte Übung: Hospitalini

Je, sahihi au si sahihi – Richtig oder falsch?

	sahihi	si sahihi
Neema hajasema pole.		
Silke hajasema pole.		
Wote wawili wanasema pole.		
Silke anataka kujua hali ya Baraka.		
Baraka ameeleza maumivu yake.		
Baraka alitapika leo.		
Baraka ana homa kidogo tu.		
Baraka hajui lini alianza kuumwa.		
Baraka hajazungumza na daktari.		
Neema alishauri kwenda hospitalini.		
Baraka hakutaka kwenda hospitalini.		
Baraka alikubali kwenda hospitalini.		
Neema anaanza kuumwa pia.		
Silke alizungumza na daktari.		
Baraka hajapata dawa.		
Baraka atapata dawa baada ya kurudi nyumbani.		
Baraka atalala hospitalini.		

TEIL 2 – LÖSUNGEN

1. Marudio ya kozi ya 1 – Wiederholungen zu Kurs 1

1.1. Zoezi la kwanza: Verben – Erste Übung: Verben

kutafsiri	Das Übersetzen
kuvunjika	Das Zerbrechen
kuongea	Das Unterhalten
kujifunza	Das Lernen, Das sich Beibringen
kucheka	Das Lachen

1.2. Zoezi la pili: Einfache Befehlsform – Zweite Übung: Einfache Befehlsform

Chezeni!	Spielt!
Soma!	Ließ!
Someni!!	Lest!
Sikia!	Höre!
Fuateni!	Folgt!
Amkieni!	Begrüßt!
Jibu!	Antworte!

1.3. Zoezi la tatu: "kuwa" – Dritte Übung "sein"

Mimi si mkulima.	Ich bin kein Bauer/ keine Bäuerin.
Juma si mzee.	Juma ist kein alter Mann.
Bibi Asha ni mama.	Bibi Asha ist Mutter.
Wewe si Mjerumani?	Du bist kein/e Deutsche*r?
Yeye ni mhandisi.	Er/Sie ist Handwerker*in.
Sisi si wafaransa.	Wir sind keine Franzosen/ Französinnen.

1.4. Zoezi la nne: Nominalklassen 1 [m/wa] – Vierte Übung: Nominalklassen 1 [m/wa]

Umoja – Einzahl	Wingi – Mehrzahl
mwanadamu	wanajeshi
mpishi	waandishi wa habari
mchungaji	walevi
mgonjwa	wazungu
mdudu	wageni
mwenyeji	wezi
mnyama	watanzania

1.5. Zoezi la tano: Genitivkonstruktion – Fünfte Übung: Genitivkonstruktion

viti vya walimu	Die Stühle der Lehrer*innen/ Die Lehrer*innenstühle
kikapu cha mama	Der Korb der Mutter
viatu vya mtoto	Die Schuhe des Kindes/ Die Kinderschuhe
kichwa cha habari	Der Kopf der Neuigkeit/ Die Überschrift (Headline)
wanafunzi wa chekechea	Die Schüler*innen des Kindergartens/ Die Kindergartenschüler*innen

1.6. Zoezi la sita: "kuwa na" – Sechste Übung: "haben"

1. Mwalimu ana vitabu shuleni.	Der Lehrer/ Die Lehrerin hat Bücher in der Schule.
2. Je, una njaa?	Hey, hast Du Hunger?
3. Hapana, sina njaa.	Nein, ich habe keinen Hunger.

4. Je, ana kaka au dada?	Hat er/sie Brüder oder Schwestern?/ Hat er/sie einen Bruder oder eine Schwester?
5. Sina kaka na sina dada.	Ich habe keinen Brüder und keine Schwestern.

1.7. Zoezi la saba: ,Satzbildung mit Subjekt und Prädikat' – Siebte Übung: ,Satzbildung mit Subjekt und Prädikat'

1. Jana tulitembea mbali.	Gestern liefen wir weit.
2. Kesho mtalala mapema.	Morgen werdet ihr früh schlafen.
3. Juzi tuliimba wimbo.	Vorgestern sangen wir ein Lied.
4. Leo ninajifunza kiswahili.	Heute lerne ich Kiswahili.
5. Sasa mnaelewa kiswahili.	Jetzt versteht ihr Kiswahili.

1.8. Zoezi la nane: ,Possessivpronomen' – Achte Übung: ,Possessivpronomen'

kitabu changu – Mein Buch => vitabu vyangu – Meine Bücher

mwanafunzi wangu – Mein Schüler/ Meine Schülerin => wanafunzi wangu – Meine Schüler*Innen

kitanda changu – Mein Buch => vitanda vyangu – Meine Bücher

mgeni wangu – Mein Gast => wageni wangu – Meine Gäste

2. Muundo wa familia – Verwandtschaft

2.1. Zoezi la kwanza 'Muundo wa familia' - Erste Übung: 'Muundo wa familia'

1. Wazazi wa Martha wanaitwa nani? – Wazazi wa Martha wanaitwa Joseph na Rita. Joseph ni baba wa Martha. Rita ni mama wa Martha.
2. Shangazi yake Martha anaitwa nani? – Shangazi yake Martha anaitwa Najat.
3. Je, Martha ana binamu? – Ndiyo Martha ana binamu. Wanaitwa Suzana na Adamu.
4. Mama mdogo wa Martha anaitwa nani? – Mama mdogo wa Martha anaitwa Leila.
5. Luka ni baba mkubwa wa Martha? – Hapana, Luka si baba mkubwa wa Martha. Luka ni mjomba wa Martha.

2.2. Zoezi la pili 'Muundo wa familia' - Zweite Übung: 'Muundo wa familia'

1. Najat ni shangazi yake Martha. – Najat ist Marthas Tante väterlicherseits.
2. Leila ni mama mdogo wa Martha. – Leila ist Marthas Tante (jüngere Schwester der Mutter) mütterlicherseits.
3. Martha ni binamu wa Suzana. – Martha ist die Nichte Suzanas.
4. Martha ni mjukuu wa John na Lucy. – Martha ist die Enkelin von John und Lucy.
5. Luka ni mjomba wa Rita. – Luka ist der Onkel (Bruder der Mutter) mütterlicherseits.

3. Verneinte Satzbildung mit Subjektpräfix, Zeitsilbe und Verbstamm

3.1. Zoezi la kwanza/ Erste Übung: ‚Verneinte Satzbildung mit Subjekt und Prädikat'

Unganisha sentensi na utafsiri unaofaa. – Verbinde die Sätze mit der passenden Übersetzung.

a)

Ich singe nicht.	Siimbi.
Du singst nicht.	Huimbi.
Er/ Sie/ Es singt nicht.	Haimbi.
Wir singen nicht.	Hatuimbi.
Ihr singt nicht.	Hamimbi.
Sie singen nicht.	Hawaimbi.

b)

Ich spiele nicht.	Sichezi.
Du spielst nicht.	Huchezi.
Er/ Sie/ Es spielt nicht.	Hachezi.
Wir spielen nicht.	Hatuchezi.
Ihr spielt nicht.	Hamchezi.
Sie spielen nicht.	Hawachezi.

c)

Ich gehe nicht.	Sitembei.
Du gehst nicht.	Hutembei.
Er/Sie geht nicht.	Hatembei.
Wir gehen nicht.	Hatutembei.
Ihr geht nicht.	Hamtembei.
Sie gehen nicht.	Hawatembei.

d)

Ich unterhalte mich nicht.	Siongei.
Du unterhältst dich nicht.	Huongei.
Er/ Sie/ Es unterhält sich nicht.	Haongei.
Wir unterhalten uns nicht.	Hatuongei.
Ihr unterhaltet euch nicht.	Haongei.
Sie unterhalten sich nicht.	Hawaongei.

e)

Ich koche nicht.	Sipiki.
Du kochst nicht.	Hupiki.
Er/ Sie/ Es kocht nicht.	Hapiki.
Wir kochen nicht.	Hatupiki.
Ihr kocht nicht.	Hampiki.
Sie kochen nicht.	Hawapiki.

f)

Ich denke nicht.	Sifikiri.
Du denkst nicht.	Hufikiri.
Er/ Sie/ Es denkt nicht.	Hafikiri.
Wir denken nicht.	Hatufikiri.
Ihr denkt nicht.	Hamfikiri.
Sie denken nicht.	Hawafikiri.

3.2. Zoezi la pili/ Zweite Übung: ‚Verneinte Satzbildung Subjekt & Prädikat'

a)

Ich sang nicht.	Sikuimba.
Du sangst nicht.	Hukuimba.
Er/ Sie/ Es sang nicht.	Hakuimba.
Wir sangen nicht.	Hatukuimba.
Ihr sangt nicht.	Hamkuimba.
Sie sangen nicht.	Hawakuimba.

b)

Ich spielte nicht.	Sikucheza.
Du spieltest nicht.	Hukucheza.
Er/ Sie/ Es spielte nicht.	Hakucheza.
Wir spielten nicht.	Hatukucheza.
Ihr spieltet nicht.	Hamkucheza.
Sie spielten nicht.	Hawakucheza.

c)

Ich ging nicht.	Sikutembea.
Du gingst nicht.	Hukutembea.
Er/ Sie/ Es ging nicht.	Hatukutembea.
Wir gingen nicht.	Hamkutembea.
Ihr gingt nicht.	Hawakutembea.
Sie gingen nicht.	Hawakutembea.

d)

Ich sprach nicht.	Sikuongea.
Du sprachst nicht.	Hukuongea.
Er/ Sie/ Es sprach nicht.	Hakuongea.
Wir sprachen nicht.	Hatukuongea.
Ihr spracht nicht.	Hamkuongea.
Sie sprachen nicht.	Hawakuongea.

e)

Ich kochte nicht.	Sikupika.
Du kochtest nicht.	Hupika.
Er/ Sie/ Es kochte nicht.	Hakupika.
Wir kochten nicht.	Hatukupika.
Ihr kochtet nicht.	Hamkupika.
Sie kochten nicht.	Hawakupika.

f)

Ich dachte nicht.	Sikufikiri.
Du dachtest nicht.	Hukufikiri.
Er/ Sie/ Es dachte nicht.	Hakufikiri.
Wir dachten nicht.	Hamkufikiri.
Ihr dachtet nicht.	Hawakufikiri.
Sie dachten nicht.	Hatukufikiri.

3.3. Zoezi la tatu/ Dritte Übung: ‚Verneinte Satzbildung Subjekt & Prädikat'

a)

Ich werde nicht singen.	Sitaimba.
Du wirst nicht singen.	Hutaimba.
Er/ Sie/ Es wird nicht singen.	Hataimba.
Wir werden nicht singen.	Hatutaimba.
Ihr werdet nicht singen.	Hamtaimba.
Sie werden nicht singen.	Hawataimba.

b)

Ich werde nicht spielen.	Sitacheza.
Du wirst nicht spielen.	Hutacheza.
Er/ Sie/ Es wird nicht spielen.	Hatacheza.
Wir werden nicht spielen.	Hatutacheza.
Ihr werdet nicht spielen.	Hamtacheza.
Sie werden nicht spielen.	Hawatacheza.

c)

Ich werde nicht gehen.	Sitatembea.
Du wirst nicht gehen.	Hutatembea.
Er/ Sie/ Es nicht wird gehen.	Hatatembea.
Wir werden nicht gehen.	Hatutatembea.
Ihr werdet nicht gehen.	Hamtatembea.
Sie werden nicht gehen.	Hawatatembea.

d)

Ich werde nicht sprechen.	Sitaongea.
Du wirst nicht sprechen.	Hutaongea.
Er/ Sie/ Es wird nicht sprechen.	Hataongea.
Wir werden nicht sprechen.	Hatutaongea.
Ihr werdet nicht sprechen.	Hamtaongea.
Sie werden nicht sprechen.	Hawataongea.

e)

Ich werde nicht kochen.	Sitapika.
Du wirst nicht kochen.	Hutapika.
Er/ Sie/ Es wird nicht kochen.	Hatapika.
Wir werden nicht kochen.	Hatutapika.
Ihr werdet nicht kochen.	Hamtapika.
Sie werden nicht kochen.	Hawatapika.

f)

Ich werde nicht denken.	Sitafikiri.
Du wirst nicht denken.	Hutafikiri.
Er/ Sie/ Es wird nicht denken.	Hatafikiri.
Wir werden nicht denken.	Hatutafikiri.
Ihr werdet nicht denken.	Hamtafikiri.
Sie werden nicht denken.	Hawatafikiri.

3.4. Zoezi la nne/ Vierte Übung: ‚ Verneinte Satzbildung Subjekt & Prädikat'

a)

Ich habe noch nicht gesungen.	Sijaimba.
Du hast noch nicht gesungen.	Hujaimba.
Er/ Sie/ Es hat noch nicht gesungen.	Hajaimba.
Wir haben noch nicht gesungen.	Hatujaimba.
Ihr habt noch nicht gesungen.	Hamjaimba.
Sie haben noch nicht gesungen.	Hawajaimba.

b)

Ich habe noch nicht gespielt.	Sijacheza.
Du hast noch nicht gespielt.	Hujacheza.
Er/ Sie/ Es hat noch nicht gespielt.	Hajacheza.
Wir haben noch nicht gespielt.	Hatujacheza.
Ihr habt noch nicht gespielt.	Hamjacheza.
Sie haben noch nicht gespielt.	Hawajacheza.

c)

Ich bin noch nicht gegangen.	Sijatembea.
Du bist noch nicht gegangen.	Hujatembea.
Er/ Sie/ Es ist noch nicht gegangen.	Hajatembea.
Wir sind noch nicht gegangen.	Hatujatembea.
Ihr seid noch nicht gegangen.	Hamjatembea.
Sie waren noch nicht gegangen.	Hawajatembea.

d)

Ich habe noch nicht gesprochen.	Sijaongea.
Du hast noch nicht gesprochen.	Hujaongea.
Er/ Sie/ Es hat noch nicht gesprochen.	Hajaongea.
Wir haben noch nicht gesprochen.	Hatujaongea.
Ihr habt noch nicht gesprochen.	Hamjaongea.
Sie haben noch nicht gesprochen.	Hawajaongea.

e)

Ich habe noch nicht gekocht.	Sijapika.
Du hast noch nicht gekocht.	Hujapika.
Er/ Sie/ Es hat noch nicht gekocht.	Hajapika.
Wir haben noch nicht gekocht.	Hatujapika.
Ihr habt noch nicht gekocht.	Hamjapika.
Sie haben noch nicht gekocht.	Hawajapika.

f)

Ich habe noch nicht gedacht.	Sijafikiri.
Du hast noch nicht gedacht.	Hujafikiri.
Er/ Sie/ Es hat noch nicht gedacht.	Hajafikiri.
Wir haben noch nicht gedacht.	Hatujafikiri.
Ihr habt noch nicht gedacht.	Hamjafikiri.
Sie haben noch nicht gedacht.	Hawajafikiri.

3.5. Zoezi la tano/ Fünfte Übung: ,Verneinte Satzbildung mit Subjekt und Prädikat'

a)

Ich singe nicht.	Siimbi.
Ich werde nicht singen.	Sitaimba.
Ich habe noch nicht gesungen.	Sijaimba.
Ich sang nicht.	Sikuimba.

b)

Du spielst nicht.	Huchezi.
Du wirst nicht spielen.	Hutacheza.
Du hast noch nicht gespielt.	Hujacheza.
Du spieltest nicht.	Hukucheza.

c)

Er/ Sie geht nicht.	Hatembei.
Er/Sie wird nicht gehen.	Hatatembea.
Er/Sie ist noch nicht gegangen.	Hajatembea.
Er/Sie ging nicht.	Hakutembea.

d)

Wir sprechen nicht.	Hatuongei.
Wir werden nicht sprechen.	Hatutaongea.
Wir haben noch nicht gesprochen.	Hatujaongea.
Wir sprachen nicht.	Hatukuongea.

e)

Ihr kocht nicht.	Hampiki.
Ihr werdet nicht kochen.	Hamtapika.
Ihr habt noch nicht gekocht.	Hamjapika.
Ihr kochtet nicht.	Hamkupika.

f)

Sie denken nicht.	Hawafikiri.
Sie werden nicht denken.	Hawatafikiri.
Sie haben noch nicht gedacht.	Hawajafikiri.
Sie dachten nicht.	Hawakufikiri.

3.6. Zoezi la sita/ Sechste Übung: ‚Verneinte Satzbildung mit Subjekt und Prädikat'

1. Sijaimba wimbo. – Ich habe noch kein Lied gesungen.
2. Hujacheza karata? – Hast Du noch keine Karten gespielt?
3. Hamkupika chakula? – Habt ihr kein Essen gekocht?/ Ihr kochtet kein Essen?
4. Hatujaongea na wageni. – Wir haben noch nicht mit den Gästen gesprochen.
5. Hawajasema kwamba una wageni. – Sie haben es (noch) nicht gesagt, dass du Gäste hast.
6. Hakurudi nyumbani. – Er kam nicht nach hause.
7. Sijashiba. – Ich bin noch nicht satt.
8. Hakulala hadi asubuhi. – Er/ Sie / Es schlief nicht bis zum Morgen.
9. Hakusema kwamba ana njaa. – Er/ Sie/ Es sagte nicht, dass er/ sie/ es Hunger hat.
10. Hawajala chakula. – Sie haben noch kein Essen gegessen.

3.7. Zoezi la saba/ Siebte Übung: ‚Verneinte Satzbildung mit Subjekt und Prädikat'

1. Jana hatukutembea nyingi.
2. Jana hatukulala mapema.
3. Juzi jioni hakutoka nje.
4. Leo hawaongei na wewe.
5. Sasa hatuelewi.
6. Kesho hamtarudia mazoezi.
7. Juzi hukupika chakula?
8. Hujajibu swali.
9. Kesho sitaenda kazini.
10. Kesho kutwa sitasoma kitabu.

4. Nominalklassen Teil 2 – [ji/ma]-Klasse

4.1. Zoezi la kwanza/ Erste Übung: Nominalklassen 2 [ji/ma]

a)

tunda	Frucht
nanasi	Ananas
embe	Mango
fungu	Portion
duka	Laden, Geschäft
papai	Papaya
shamba	Feld
kanisa	Kirche
soko	Markt

b)

shauri	Plan/ Rat
ua	Blume
shamba	Feld
neno	Wort
tundu	Loch
dawa	Mittel, Medizin
sanduku	Koffer
sikio	Ohr

c)

kosa	Fehler
dawa	Mittel, Medizin
jirani	Nachbar*in
jicho	Auge
ziwa	Milch
maji	Wasser
gari	Auto, Gefährt
jiwe	Stein

4.2. Zoezi la pili/ Zweite Übung: Nominalklassen 2 [ji/ma]

Umoja – Einzahl	Wingi – Mehrzahl
tundu, jambo, neno, soko, swali, ua, yai, kanisa, jambo	magari, mafungu, makanisa, machungwa, maua, matundu, mambo, mayai, mawazo

4.3. Zoezi la tatu/ Dritte Übung: Nominalklassen 2 [ji/ma]

tumbo	matumbo (Bäuche)
sanduku	masanduku (Koffer)
hubiri	mahubiri (Predigten)
jicho	macho (Augen)
zungumzo	mazungumzo (Unterhaltungen)
papai	mapapai (Papayas)
kanisa	makanisa (Kirchen)
jino	meno (Zähne)
dawa	madawa (Mittel, Medikamente)
jirani	majirani (Nachbar*innen)
tata	matata (Probleme)

jambo	mambo (Angelegenheiten)
sikio	masikio (Ohren)
kosa	makosa (Fehler)
jiwe	mawe (Steine)

5. Namba – Zahlen

5.1. Zoezi la kwanza: ‚Namba'/ Erste Übung: ‚Zahlen'

19	kumi na tisa
52	hamsini na mbili
98	tisini na nane
222	mia mbili ishirini na mbili
240	mia mbili arobaini
589	mia tano themanini na tisa
1200	elfu moja mia mbili
1230	elfu moja mia mbili thelathini
2509	elfu mbili mia tano na tisa
5698	elfu tano mia sita tisini na nane
58.000	elfu themanini na nane / themanini na nane elfu
60.000	elfu sitini / sitini elfu
100.000	laki moja / mia elfu
300.000	laki tatu/ mia tatu elfu
550.000	laki tano elfu hamsini/ laki tano hamsini telfu/ mia tano hamsini elfu
500.500	laki tano mia tano/ mia tano elfu mia tano

5.2. Zoezi la pili: ‚Namba'/ Zweite Übung: ‚Zahlen'

1.	Thelathini na nne	34
2.	Tisini na tisa	99
3.	Mia moja hamsini	150
4.	Mia nane themanini	880
5.	Elfu moja	1.000
6.	Eflu mbili mia tano hamsini	2.550
7.	Elfu kumi	10.000
8.	Ishirini elfu na tano	20.005
9.	Laki tatu	300.000
10.	Mia tatu elfu (siehe 9.)	300.000

6. Siku za juma/ wiki – Wochentage

6.1. Zoezi la kwanza: ‚Siku za juma/wiki' – Erste Übung: ‚Wochentage'

Montag	Jumatatu
Dienstag	Jumanne
Mittwoch	Jumatano
Donnerstag	Alhamisi
Freitag	Ijumaa
Samstag	Jumamosi
Sonntag	Jumapili

6.2. Zoezi la pilli: ‚Siku za juma/wiki' – Zweite Übung: ‚Wochentage'

1. Je, lini Martha alifika Dar es Salaam? Jana Martha alifika Dar es Salaam. / Martha alifika Dar es Salaam jana.

2. Je, lini Martha alitoka Kenya? Juzi Martha alitoka Kenya./ Martha alitoka Kenya juzi.

3. Martha atafanya nini leo na kwa nini? Leo Martha ataenda shuleni kwa sababu yeye ni mwalimu./ Martha ataenda shuleni leo. Yeye ni mwalimu.

4. Kesho Martha atafanya nini? Kesho Marta ataenda/ atakwenda sokoni. / Martha ataenda/ atakwenda sokoni kesho.

5. Na kesho kutwa je? Kesho kutwa atakuwa na wageni. / Atakuwa na wageni kesho kutwa.

7. Adjektive und Zahlwörter

7.1. Zoezi la kwanza/ Erste Übung: Adjektive und Zahlwörter

a)

mwalimu mzuri	(ein*e) gute*r Lehrer*in
kikapu kizuri	(ein) schöner Korb
embe zuri	(eine) gute Mango
mnyama mdogo	(ein) kleines Tier
kidole kirefu	(ein) langer Finger
tundu kubwa	(ein) großes Loch

b)

walimu wazuri	gute Lehrer*innen
vikapu vizuri	schöne Körbe
maembe mazuri	gute Mangos
wanyama wadogo	kleine Tiere
vidole virefu	lange Finger
matundu makubwa	große Löcher

c)

mtu mzuri	(ein) schöner Mensch
mtu mwema	(ein) guter Mensch
kiti kizuri	(ein) schöner Stuhl
kitanda kidogo	(ein) kleines Bett
yai bovu	(ein) schlechtes Ei
ua zuri	(eine) schöne Blume

d)

watu wazuri	schöne Menschen
watu wema	gute Menschen
viti vizuri	schöne Stühle
vitanda vidogo	kleine Betten
mayai mabovu	schlechte Eier
maua mazuri	schöne Blumen

e)

ein Mensch	mtu mmoja
zwei Menschen	watu wawili
drei Menschen	watu watatu
vier Menschen	watu wanne
fünf Menschen	watu watano
sechs Menschen	watu sita
sieben Menschen	watu saba
acht Menschen	watu wanane
neun Menschen	watu tisa
zehn Menschen	watu kumi

f)

ein Stuhl	kiti kimoja
zwei Stühle	viti viwili
drei Stühle	viti vitatu
vier Stühle	viti vinne
fünf Stühle	viti vitano
sechs Stühle	viti sita

sieben Stühle	viti saba
acht Stühle	viti vinane
neun Stühle	viti tisa
zehn Stühle	viti kumi

g)

eine Frucht	tunda moja
zwei Früchte	matunda mawili
drei Früchte	matunda matatu
vier Früchte	matunda manne
fünf Früchte	matunda matano
sechs Früchte	matunda sita
sieben Früchte	matunda saba
acht Früchte	matunda nanane
neun Früchte	matunda tisa
zehn Früchte	matunda kumi

7.2. Zoezi la pili/ Zweite Übung: Adjektive und Zahlwörter

a)

Ich esse nur süße Früchte.	Ninakula matunda matamu tu.
Ich brauche große Schuhe.	Ninahitaji viatu vikubwa.
Ein Nashorn hat zwei Augen.	Kifaru [Lebewesen =>] ana macho mawili.
Ein Stuhl hat vier Beine.	Kiti kina miguu minne.
In der Schule gibt es zehn Lehrer.	Shuleni kuna walimu kumi.

b)

Hier spielen zwei Kinder.	Watoto wawili wanacheza hapa.
Reiche mir zwei Mangos.	Lete maembe mawili.
Ein kleiner Löffel reicht.	Kijiko kidogo kinatosha.
Meine Finger sind lang.	Vidole vyangu ni virefu.
Deine Finger sind klein.	Vidole vyako ni vidogo.

c)

Ich esse keine kleinen Früchte.	Sili matunda madogo.
Ich esse keine großen Früchte.	Sili matunda makubwa.
Ich esse zwei Früchte.	Ninakula matunda mawili.
Ich esse vier Früchte.	Ninakula matunda manne.
Ich esse deine kleinen Früchte.	Ninakula matunda madogo yako.

7.3. Zoezi la tatu/ Dritte Übung: Adjektive und Zahlwörter

1. Watu wawili wana macho mawili au manne? – Haben zwei Menschen zwei oder vier Augen?

2. Je, matunda makubwa yanaoza haraka au polepole? – Hey, große Früchte verfaulen schnell oder langsam?

3. Watoto wakubwa wanasoma shuleni, watoto wadogo wanaenda chekechea. – Große Kinder gehen zur Schule, kleine Kinder gehen in den Kindergarten.

4. Walimu wa kiswahili si wakali. – Die Kiswahili-Lehrer*innen sind nicht streng.

5. Nimesoma kitabu kimoja tu kujifunza kiswahili. – Ich habe nur ein Buch gelesen (und/um) Kiswahili gelernt (/zu lernen).

6. Wezi wanne waliingia chumbani. – Vier Diebe traten ins Zimmer.

7. Wahudumu wanne walifanya kazi jumatatu hadi jumamosi bila kulala. – Vier Bedienstete arbeiteten von Montag bis Samstag ohne zu schlafen.

8. Nilinunua matunda manane matamu sana. – Ich kaufte vier sehr leckere Früchte.

9. Sisi tuna watoto wanne, wasichana watatu na mvulana mmoja. – Wir haben vier Kinder, drei Mädchen und einen Jungen.

8. -ngapi, -ote, -ingi- und -ingine – 'Wie viele, alle, viele, andere'

8.1. Zoezi la kwanza/ Erste Übung: ngapi

a)

Mikate mingapi?	Wie viele Brote?
Watu wangapi?	Wie viele Menschen?
Matunda mangapi?	Wie viele Früchte?
Vikapu vingapi?	Wie viele Körbe?

b)

Vitambaa vingapi?	Wie viele Tücher?
Wanafunzi wangapi?	Wie viele Schüler*innen?
Miguu mingapi?	Wie viele Beine?
Maswali mangapi?	Wie viele Fragen?

8.2. Zoezi la pili/ Zweite Übung: ngapi

1. Umeona watu wangapi? – Wie viele Menschen hast Du gesehen?

2. Unataka vitambaa vingapi? – Wie viele Tücher möchtest Du?

3. Amenunua matunda mangapi? – Wie viele Früchte hast Du gekauft?

4. Vikombe vingapi vimevunjika? – Wie viele Tassen sind zerbrochen?

5. Wakulima wangapi wamelima? – Wie viele Bauern haben angebaut?

6. Vijiko vingapi vimepotea? – Wie viele Löffel sind verloren gegangen?

7. Maembe mangapi yameoza? – Wie viele Mangos sind verdorben?

8. Alijifunza misamiati mingapi? – Wieviele Vokabeln hat er/sie gelernt?

8.3. Zoezi la tatu/ Dritte Übung: -ote

a)

mkate wote	das ganze Brot
jina lote	der ganze Name
kikapu chote	der ganze Korb
kitambaa chote	das ganze Tuch
mguu wote	das ganze Bein
tunda lote	die ganze Frucht

b)

watu wote	alle Menschen
mikate yote	alle Brote
majina yote	alle Namen
vikapu vyote	alle Körbe
wananchi wote	alle Bürger*innen
maswali yote	alle Fragen

8.4. Zoezi la nne/ Vierte Übung: -ote

1. Umeona wageni wote? – Hast du alle Gäste gesehen?

2. Unataka vitambaa vyote? – Möchtest Du alle Tücher?

3. Amenunua matunda yote? – Hat er/ sie alle Früchte gekauft?

4. Vikombe vyote vimevunjika? – Sind Aalle Tassen zerbrochen?

5. Wakulima wote wamelima? – Haben alle Bauern angebaut?

6. Vijiko vyote vimepotea? – Sind alle Löffel verloren gegangen?

7. Maembe yote yameoza? – Sind alle Mangos verdorben?

8. Alijifunza misamiati yote? – Hat er/ sie alle Vokabeln gelernt?

8.5. Zoezi la tano/ Fünfte Übung: -ingi

a)

mikate mingi	viele Brote
wapishi wengi	viele Köche
viatu vingi	viele Schuhe
mananasi mengi	viele Ananas
miti mingi	viele Bäume
vidole vingi	viele Finger

b)

vifaru wengi	viele Nashörner
wahandisi	viele Ingenieur*innen
wasanii wengi	viele Künstler*innen
vyumba vingi	viele Zimmer
vyandarua vingi	viele Moskitonetze
maelezo mengi	viele Erklärungen

8.6. Zoezi la sita/ Sechste Übung: -ingi

1. Umeona wageni wengi? – Hast du viele Gäste gesehen?
2. Unataka vitambaa vingi? – Möchtest Du viele Tücher?
3. Amenunua matunda mengi? – Hat er/ sie viele Früchte gekauft?
4. Vikombe vingi vimevunjika? – Sind viele Tassen zerbrochen?
5. Wakulima wengi wamelima? – Haben viele Bauern angebaut?
6. Vijiko vingi vimepotea? – Sind viele Löffel verloren gegangen?
7. Maembe mengi yameoza? – Sind viele Mangos verdorben?
8. Alijifunza misamiati mingi? – Hat er/ sie viele Vokabeln gelernt?

8.7. Zoezi la saba/ Siebte Übung: -ingine

a)

mkate mwingine	ein anderes Brot
jina jingine	ein anderer Name
kikapu kingine	ein anderer Korb

chandarua kingine	ein anderes Moskitonetz
mto mingine	ein anderer Fluss
tunda jingine	eine andere Frucht

b)

mikate mingine	andere Brote
majina mengine	andere Namen
vikapu vingine	andere Körbe
vyandarua vingine	andere Moskitonetze
mito mingine	andere Flüsse
matunda megine	andere Früchte

8.8. Zoezi la nane/ Achte Übung: -ingine

1. Umeona wageni wengine pia ? – Hast du auch andere Gäste gesehen?

2. Unataka vitambaa vingine pia? – Möchtest Du auch andere Tücher?

3. Amenunua matunda mengine? – Hat er/ sie andere Früchte gekauft?

4. Vikombe vingine vimevunjika? – Die anderen Tassen sind zerbrochen?

5. Wakulima wengine wamelima? – Die anderen Bauern haben angebaut?

6. Vijiko vingine vimepotea? – Die anderen Löffel sind verloren gegangen?

7. Maembe mengine yameoza? – Die anderen Mangos sind verdorben?

8. Alijifunza misamiati mingine pia? – Er/ Sie hat auch andere Vokabeln gelernt?

8.9. Zoezi la tisa/ Neunte Übung: ngapi, -ote, -ingi- und -ingine

1. Alikula mananasi? Ndiyo, alikula yote! — Hat er/sie (die) Ananas gegessen? Ja er/ sie hat alle aufgegessen!

2. Wanafunzi wangapi wamefika shuleni? Watano tu, wengine hawajafika! — Wieviele Schüler*innen sind in der Schule angekommen? Nur fünf, die anderen sind noch nicht angekommen!

3. Hawapendi kuvaa mashati? Ndiyo wanapenda, lakini wanataka kuvaa mengine. — Mögen sie es nicht Hemden zu tragen? Doch sie mögen es, aber sie wollen andere tragen!

4. Unauza migomba? Ndiyo, utanunua mingapi? — Verkaufst Du Bananenstauden? Ja, wieviele wirst Du kaufen?

5. Wagonjwa hawatapata madawa? Wote watapata! — Die Kranken werden keine Medikamente bekommen? Alle bekommen (welche)!

9. Das Suffix -ni für Präpositionen der Richtungs- und Ortsanweisung

9.1. Zoezi la kwanza/ Erste Übung: Suffix -ni

a)

Wanafunzi wanasoma shuleni.	Die Schüler*innen lernen in der Schule.
Wanasheria wanafanya kazi mahakamani.	Die Anwält*innen arbeiten im Gericht.

Watalii walienda kutalii.	Die Touristen sind Urlaub machen gegangen/ in den Urlaub gefahren.
Kuna wagonjwa wengi hospitalini.	Es gibt viele Kranke im Hospital.
Hospitalini kuna wagonjwa wengi.	Im Hospital gibt es viele Kranke.

b)

Wakristo wanasali kanisani.	Christen beten in der Kirche.
Migomba inaota shambani.	Die Bananenstauden wachsen auf dem Feld.
Wakulima wanalima shambani.	Die Bauern bestellen auf den Feldern.
Msituni kuna wanyama wengi.	Im Wald gibt es viele Tiere.
Watalii wamefika milimani.	Die Touristen kamen an den Bergen an.

9.2. Zoezi la pili/ Zweite Übung: Suffix -ni

1. Wanafunzi wanaenda shuleni. – Die Schüler*innen gehen zur Schule.

2. Mzee anatoka kazini. – Der alte Mann kommt von der Arbeit.

3. Bibi amenunua viazi sokoni. – (Die) Großmutter/ Ältere Frau hat Kartoffeln auf dem Markt gekauft.

4. Lete matunda yako dukani! – Bring deine Früchte zum Laden.

5. Njoo nyumbani! – Komm nach Hause!

6. Je, jumapili utaenda kanisani? Sag mal/ Hey, gehst Du Sonntag in die Kirche?

10. Sokoni – Auf dem Markt

10.1. Zoezi la kwanza: Sokoni/ Erste Übung: Auf dem Markt

Klaus na Silke ni Watanzania?	b) Hapana, wao ni wageni Tanzania. c) Hapana, wao ni watalii kutoka Ujerumani.
Walifika Tanzania siku gani ya wiki?	a) Wemefika Tanzania Jumamosi. c) Wamefika Tanzania juzi.
Walifanya nini jumanne?	c) Walienda sokoni.
Wapi wamenunua vikapu?	c) Wamenunua vikapu sokoni.
Lini watasafiri milimani?	c) Alhamisi.
Watakaa wapi milimani?	b) Milimani watakaa Lushoto.

10.2. Zoezi la pili: Sokoni/ Zweite Übung: Auf dem Markt

Klaus na Silke ni watalii.

Walifika Dar es Salaam jumamosi.

Jumatatu walienda sokoni.

Wamenunua vitamba na vikapu.

Milimani watakaa Loshoto.

11. Nominalklassen Teil 3 m/mi-Klasse [m/mi]

11.1. Zoezi la kwanza/ Erste Übung: Nominalklassen 3 [ji/ma]

a)

mto	Fluss
mkono	Arm, Hand
mchungwa	Orangenbaum

mkeka	Matte, Decke
mkate	Brot
mtama	Hirse
mzigo	Gepäck
msalaba	Kreuz
mwezi	Monat

b)

mshahara	Gehalt
mgomba	Bananenstaude
mfuko	Tasche, Tüte
msitu	Wald
mlango	Tür
mguu	Fuß, Bein
mwaka	Jahr
mchele	geschälter, ungekochter Reis
mji	Stadt

c)

mlima	Berg
mwembe	Mangobaum
mnazi	Kokosnusspalme
mswaki	Zahnbürste
mpunga	ungeschälter Reis
mti	Baum
mhindi	Mais
mwili	Körper
mhogo	Maniok/ Cassava

11.2. Zoezi la pili/ Zweite Übung: Nominalklassen Teil 3 [m/mi]

Umoja – Einzahl	Wingi – Mehrzahl
mto, mkono, mfuko, mkeka, mlima, mswaki, msalaba, mshahara	miji, miti, mihogo, miguu, mikate, milango, misitu, mizigo, miembe

11.3. Zoezi la tatu/ Dritte Übung: Nominalklassen Teil 3 [m/mi]

muembe	miembe (Mangobäume)
mti	miti (Bäume)
mgomba	migomba (Bananenstauden)
mwaka	miaka (Jahre)
mlima	milima (Berge)
mkeka	mikeka (Matte)
mwezi	miezi (Monate)
mzigo	mizigo (Gepäckstücke)
msitu	misitu (Wälder)

12. Wakati wa chakula cha jioni

12.1. Zoezi la kwanza/ Erste Übung:

Nani na nani ni wageni?	c) Silke na Klaus ni wageni wa Baraka na Neema.
Wapi wanakula chakula cha jioni?	a) Nyumbani kwa Baraka na Neema. b) Mezani sebuleni.
Walizungumza juu ya nini?	a) Walizungumza juu ya utalii wa Klaus na Silke. c) Walizungumza juu ya safari.
Nani amesali?	c) Wote wamesali.
Lini watasafiri milimani?	c) Alhamisi watasafiri milimani.
Nani alileta chakula?	b) Neema alileta chakula.

12.2. Zoezi la pili / Zweite Übung: Chakula cha jioni

1. Klaus na Silke ni wageni wa Baraka na Neema.
2. Walikula chakula cha jioni.
3. Walikutana nyumbani kwa Baraka na Neema.
4. Wote walikaa na kuzungumza.
5. Neema alileta nini? Alileta chakula
6. Baraka alisema: Karibuni chakula.
7. Kabla ya kula wote walisali.
8. Klaus na Silke walirudi hotelini.

13. Lokativ mit -ko, -po, -mo

13.1. Zoezi la kwanza/ Erste Übung: -ko, -po, -mo

a)

Mwalimu yuko wapi?	Wo ist die Lehrerin?
Mwalimu yupo shuleni.	Der Lehrer ist bei/in der Schule.
Mwalimu yumo darasani.	Die Lehrerin ist in der Klasse.

b)

Watoto wako wapi?	Wo sind die Kinder?
Watoto wapo.	Die Kinder sind hier.
Watoto wamo darasani.	Die Kinder sind in der Klasse.

c)

Kitabu kiko wapi?	Wo ist das Buch?
Kitabu kipo hapa.	Das Buch ist hier.
Kitabu kimo humo.	Das Buch ist hier drin.

d)

Vijiko viko wapi?	Wo sind die Löffel?
Vijiko vipo mezani.	Die Löffen sind auf dem Tisch.
Vijiko vimo kabatini.	Die Löffel sind im Schrank.

e)

Dawa liko wapi?	Wo ist die Medizin?
Dawa lipo dukani bado.	Die Medizin ist noch im Geschäft.
Dawa limo kwenye kikombe.	Die Medizin ist in der Tasse.

f)

Matunda yako wapi?	Wo sind die Früchte?
Matunda yapo mtini.	Die Früchte sind am Baum.
Matunda yamo mfunkoni.	Die Früchte sind in der Tüte.

g)

Mkate upo?	Gibt es (hier) Brot?
Mkate uko wapi?	Wo ist (das) Brot?
Mkate umo?	Ist (das) Brot (hier) drin?

h)

Mikate ipo!	Es gibt (hier) Brote! Brote sind da.
Mikate iko wapi?	Wo sind die Brote?
Mikate imo kwenye mfuko.	Brote sind in der Tasche.

13.2. Zoezi la pili/ Zweite Übung: -ko, -po, -mo

1. Kijiko kiko wapi? – Wo ist der Löffel?
2. Viazi vipo? – Gibt es Kartoffeln? Sind hier Kartoffeln?
3. Mtoto yuko wapi? – Wo ist das Kind?
4. Wanyama wako shambani. – Die Tiere sind auf dem Feld.
5. Kosa liko wapi? – Wo ist der Fehler?
6. Matunda yapo? – Gibt es Früchte? Sind Früchte hier?
7. Mzigo uko wapi? – Wo ist das Gepäck?
8. Mzigo umo chumbani. – Das Gepäck ist im Zimmer.
9. Uko wapi? Nipo hapa! – Wo bist Du? Ich bin hier!
10. Upo? Nipo! – Bist du da (anwesend)? Ich bin hier (anwesend).

13.3. Zoezi la tatu/ Dritte Übung: -ko, -po, -mo

a)

Kitanda	kiko wapi?
Viatu	vipo hapa karibu.
Mchele	upo dukani?
Mikate	imo kwenye sanduko.
Mwizi	yupo gerezani?
Wakulima	wako wapi?
Shauri	lipo?
Mayai	yapo jikoni?

b)

Chandarua	kipo kitandani?
Viazi	vipo wapi dukani?
Mswaki	uko wapi?
Mishahara	iko wapi?
Mtoto	yupo shuleni?
Wahandisi	wako kazini?
Nanasi	lipo?
Maembe	yapo shambani bado?

13.4. Zoezi la nne/ Vierte Übung: -ko, -po , -mo

1. Mgonjwa alikuwepo? – War der/ die Kranke anwesend?
2. Wageni watakuwepo? – Werden die Gäste hier sein?
3. Chakula kitakuwepo. – Das Essen wird hier sein.
4. Vitabu vilikuwemo humo! – Die Bücher waren hier drin!
5. Dawa lilikuwepo wapi? – Wo war die Medizin?
6. Mafuta yalikuwepo? – War das Öl hier/ Gab es hier Öl?
7. Mpunga ulikuwepo sokoni? – Gab es Reis auf dem Markt?
8. Mkate utakuwepo dukani? – Wird Brot im Laden sein?
9. Mikate itakuwepo dukani! – Es werden Brote im Laden sein.
10. Mlikwepo? Tulikwepo. - War ihr hier! Wir waren hier (anwesend).

14. Verneinung des Lokativ mit -ko, -po, -mo

14.1. Zoezi la kwanza/ Erste Übung: Verneinung -ko, -po, -mo in der Gegenwart

a)

Mwalimu hayoko?	Die Lehrerin ist nicht dort?
Mwalimu hayupo.	Der Lehrer ist nicht hier.
Mwalimu hayumo darasani.	Die Lehrerin ist nicht in der Klasse.
Watoto hawako.	Die Kinder sind nicht dort.
Watoto hawapo.	Die Kinder sind nicht da/hier.
Watoto hawamo darasani.	Die Kinder sind nicht in der Klasse.

b)

Kitabu hakiko?	Das Buch ist nicht dort?
Kitabu hakipo.	Das Buch ist nicht hier.
Kitabu hakimo humo.	Das Buch ist hier nicht drin.
Vijiko haviko?	Die Löffel sind nicht dort?
Vijiko havipo.	Die Löffen sind nicht hier.
Vijiko havimo kabatini.	Die Löffel sind nicht im Schrank.

c)

Dawa haliko?	Die Medizin ist nicht dort?
Dawa halipo bado.	Die Medizin ist noch nicht hier.
Dawa halimo kwenye kikombe.	Die Medizin ist nicht in der Tasse.
Matunda hayako?	Die Früchte sind nicht dort?
Matunda hayapo mtini.	Die Früchte sind nicht am Baum.
Matunda hayamo mfunkoni.	Die Früchte sind nicht in der Tüte.

d)

Mkate haupo?	Hier gibt es kein Brot?
Mkate hauko?	Das Brot ist nicht dort?

Mkate haumo?	Ist (hier) kein Brot drin?
Mikate haipo!	Es gibt (hier) keine Brote! Hier sind keine Brote.
Mikate haiko?	Dort sind keine Brote?
Mikate haimo kwenye mfuko.	Es sind keine Brote in der Tasche.

14.2. Zoezi la pili/ Zweite Übung: Verneinung -ko, -po, -mo

1. Kijiko hakiko jikoni? – Der Löffel ist nicht dort in der Küche?

2. Viazi havipo? – Die Kartoffeln sind nicht hier.

3. Mtoto hayuko shuleni? – Das Kind ist nicht dort in der Schule.

4. Wanyama hawako shambani. – Die Tiere sind nicht dort auf dem Feld.

5. Tunda haliko mezani? – Die Frucht ist nicht dort auf dem Tisch?

6. Madawa hayapo? – Die Medizin ist nicht hier? Es gibt (hier) keine Medizin?

7. Mzigo hauko nje? – Das Gepäck ist nicht dort draußen?

8. Mzigo haumo chumbani. – Das Gepäck ist nicht im Zimmer.

14.3. Zoezi la tatu/ Dritte Übung: Verneinung -ko, -po, -mo Zukunft und Verlaufsform

1. Mwalimu hatakuwepo shuleni jumapili. – Der/ Die Lehrer*in wird nicht in (bei) der Schule sein am Samstag.

2. Hata wanafunzi hawatakuwepo. – Auch die Schüler*innen werden nicht da sein.

3. Nunua mboga na mchele, au chakula cha jioni hakitakuwepo. – Kaufe Gemüse und Reis, oder es wird kein Abendessen geben/ da sein.

4. Kama vyandarua havitakuwepo mbu watasumbua sana. – Wenn die Moskitonetze nicht das sein werden, werden die Mosktios sehr/ ‚ganz schön' stören.

5. Wakulima hawakufika sokoni, kwa hivyo mchele hautakuwepo sokoni. Die Bauern sind nicht am Markt angekommen, deshalb wird es (hier) auf dem Markt keinen Reis geben.

6. Mikate haitakuwepo dukani! – Es wird keine Brote im Laden geben.

7. Mgeni kutoka Ujerumani hajakuwepo? – Der Gast aus Deutschland war noch nicht hier?

8. Na wageni wengine hawajakuwepo pia? – Und die anderen Gäste waren auch noch nicht da?

15. Sehemu za mwili – Körperteile

15.1. Zoezi la kwanza: Sehemu za mwili/ Erste Übung: Körperteile

kichwani	mwilini
jicho, mdomo, nyusi, pua, sikio	shingo, titi, mkono, kidole, kiuno, sehemu za siri, bega, kiganja, kifua, tumbo, paja, mguu, goti, kanyagio, tako, kikimbi, kisigino

15.2. Zoezi la pili: Sehemu za mwili/ Zweite Übung: Körperteile

1. Kichwa kinaumwa!

2. Macho yako makubwa!

3. Piga magoti!

4. Amepaka rangi usoni hadi kwenye masikio.

5. Nina macho mawili na masikio mawili.

6. Ng'gombe ana miguu minne.

7. Ana kifua kikubwa na mikono mikubwa kwa sababu anafanya mazoezi sana.

8. Funga mdomo wako!

16. Hospitalini

16.1. Zoezi la kwanza/ Erste Übung: Hospitalini

1. Silke: Klopf klopf/ Kann ich reinkommen?

2. Neema: Willkommen. Komm rein Silke, willkommen!

3. Silke: Vielen Dank. Was gibt es für Neuigkeiten vom Mittag?

4. Neema: (Alles ist) Gut. Was gibt es von Euch für Neuigkeiten?

5. Silke: Alles ist friedlich. Hey, Baraka ist nicht hier?

6. Neema: Silke, Baraka ist im Krankenhaus! Er hat sehr starke Kopfschmerzen, außerdem hat er sich übergeben. Ich bin aus dem Krankenhaus gekommen, nicht lange her/ Vor kurzem bin ich aus dem Krankenhaus gekommen. Ich habe geplant gleich/ jetzt sofort wieder in das Krankenhaus zu gehen.

7. Silke: Das tut mir (alles) sehr leid! Hey, möchtest Du alleine gehen?

8. Neema: Ja, oder sollen wir zwei gemeinsam gehen… sag an, wirst Du auch gehen?

9. Silke. Ja! Wir werden gemeinsam in's Krankenhaus gehen!

16.2. Zoezi la tatu/ Dritte Übung: Hospitalini

	sahihi	si sahihi
Silke anapiga hodi.	sahihi	
Silke na Neema wanakutana asubuhi.		si sahihi
Baraka yupo kazini.		si sahihi
Baraka ni mgonjwa.	sahihi	
Baraka alikuwa na ajali.		si sahihi
Neema hajafika hospitalini.		si sahihi
Neema alitoka hospitalini si muda.	sahihi	
Silke anataka kurudi nyumbani.		si sahihi
Silke anapenda kwenda hospitalini pia.	sahihi	
Neema anataka kwenda hospitalini bila Silke.		si sahihi
Neema na Silke wanaenda hospitalini pamoja.	sahihi	

16.3. Zoezi la tatu/ Dritte Übung: Hospitalini

1. Neema: ...Es tut mir sehr (für Dich) leid Baraka.

2. Barka: Danke. Danke auch Dir Silke für's ankommen/ ,vorbeikommen'.

3. Silke: Baraka. Keine Worte/ ,Nicht der Rede Wert'! Es tut mir leid, dass Du Krank bist. Was tut dir genau weh?/ Was schmerzt Dir genau?

4. Baraka: Mein Kopf schmerzt mir und ich habe mich übergeben. Außerdem habe ich starkes Fieber.

5. Silke: Das tut mir sehr leid. Wann bist du krank geworden/ Wann hast Du angefangen Schmerzen zu empfinden?

6. Baraka: Gestern Nachmittag fing mein Kopf an weh zu tun. Danach/ 'Später' am Abend habe ich mich übergeben. Neema sagte es sei notweding ins Krankenhaus zu sehen, also gingen wir in's Krankenhaus.

7. Silke: Ein guter Gedanke! Wie fühlst Du Dich jetzt?

8. Baraka: Ich fühle mich ein wenig besser! Der Arzt/ Die Ärztin meinte heute bekomme ich Medizin. Morgen kann ich vielleicht wieder nach hause (gehen)...

16.4. Zoezi la nne/ Vierte Übung: Hospitalini

	sahihi	si sahihi
Neema hajasema pole.		si sahihi
Silke hajasema pole.		si sahihi
Wote wawili wanasema pole.	sahihi	
Silke anataka kujua hali ya Baraka.	sahihi	
Baraka ameeleza maumivu yake.	sahihi	
Baraka alitapika leo.		si sahihi
Baraka ana homa kidogo tu.		si sahihi
Baraka hajui lini alianza kuumwa.		si sahihi
Baraka hajazungumza na daktari.		si sahihi
Neema alishauri kwenda hospitalini.	sahihi	
Baraka hakutaka kwenda hospitalini.		si sahihi
Baraka alikubali kwenda hospitalini.	sahihi	
Neema anaanza kuumwa pia.		si sahihi
Silke alizungumza na daktari.		si sahihi
Baraka hajapata dawa.		si sahihi
Baraka atapata dawa baada ya kurudi nyumbani.		si sahihi
Baraka atalala hospitalini.	sahihi	

Umefanikiwa – Du hast es geschafft ☺